CÔNG THỨC THỊT BACON DỄ DÀNG

100 CÔNG THỨC CÔNG THỨC TUYỆT VỜI VỚI THỊT KHÍT TỪ BỮA SÁNG ĐẾN TRÁNG MIỆNG

Liên Nguyệt

MỤC LỤC

NỘI DUNG 3
GIỚI THIỆ U 7
THỊ T XÔNG KHÍ TỰ LÀM 8
1. Thị t xông khói 9
2. Thịt xông khói Thổ Nhĩ Kỳ 11
BỮA SÁNG 13
3. Măng tây và thị t xông khói Frittata 14
4. Chả o Gnocchi thị t xông khói và trứ ng 16
5. Bánh kế p phô mai xanh và thị t xông khói 18
6. Bánh xèo thịt xông khói 20
7. Okonomiyaki Nhật Bản 22
8. Bánh mì nư ớ ng kiể u Pháp bọ c thị t xông khói 24
9. Pizza ăn sáng Bisquick 26
10. Bisquick Quiche 28
11. Bánh nướng ăn sáng trứng 30
12. Bánh quế thịt xông khói và phô mai cheddar 32
13. Bánh ngô ăn sáng soong 34
14. Bánh Nư ớ ng Thị t Xông Khói 36
15. Trứ ng Benedict 38
16. Khoai tây chiên thị t xông khói 40
17. Thị t xông khói cay ngọ t 42
18. Hash browns nồ ng nhiệ t 44
19. Salad ăn sáng Ravioli 46
20. Quiche rau bina tư ơ i trang trạ i 48
21. Bánh BLT 50
22. Trứng ốp la thịt xông khói và tiêu 52
23. Trứng tráng thịt xông khói và rau bina 54
24. Trứng tráng trang trại 56
25. Trứng tráng bơ, thịt xông khói và phô mai Thụy Sĩ 58
26. Trứng chiên khoai tây thịnh soạn 60
27. Ravioli nướng bữa sáng 62
28. Cà chua sấ y và thị t xông khói 64
29. Bánh rán nhân Mac và phô mai 66
30. Bữ a sáng vi xanh thị t xông khói & hư ớ ng dư ơ ng 68
BÁNH MÌ 70
31. Folar de Chaves 71

32. Sừ ng 74
33. Khoai tây croquetas 77
34. Tarte flambée 79
35. Bánh mì xoắ n cà chua và thị t xông khói 81
BÁNH MẠNH VÀ BÁNH 83
36. Bánh mì ăn sáng Cheddar & Bacon 84
37. Burritos ăn sáng Bisquick 86
38. Bánh mỳ vòng ốp la nhanh 88
39. Cà chua sấ y và thị t xông khói bọ c 90
40. Whiskey Glazed Bacon và Egg Sandwich 92
41. PB&J và Thị t xông khói Sandwich 94
42. Burritos nư ớ ng xoài và thị t xông khói 96
43. Sandwich nư ớ ng đào và thị t xông khói 98
XÚC XÚC 100
44. Xúc xích thịt nai Mỹ 101
45. Xúc xích gan Đan Mạ ch 103
46. Cổ tử cung Pháp 105
47. Xúc Xích Gà Pháp 107
48. Xúc Xích Bò Pháp 109
49. Saucises Pháp Cervelas 111
50. Đức Metz 113
MÓN Cắ n VÀ MÓN KHAI THÁC 115
51. Thị t chó phô mai bọ c thị t xông khói 116
52. Thị t xông khói phô mai dê 118
53. Gà BBQ 120
54. Mozzarella viên bọ c Prosciutto 122
55. Thịt xông khói quả bơ cắn 124
56. Thị t xông khói và hành lá cắ n 126
57. Gà bọ c thị t xông khói cắ n 128
58. Thị t xông khói hàu cắ n 130
59. Thị t xông khói jalapeño viên 132
60. Bánh xèo thị t xông khói viên 134
61. Thịt viên viên 136
62. Rumaki canapé 138
63. Ham'n' cheddar ly 140
64. Whisky Bacon bọ c chà là 142
65. Thị t gà bọ c thị t xông khói số t Bourbon 144
66. Tôm bọc thịt xông khói Jack Daniel 146
67. Gà Bacon Ranch Nachos 148

68. Bữ a sáng thị t xông khói Nachos ... 150
69. Nachos da khoai tây nạ p ... 152
70. Bacon mù tạt chiên giòn ... 154
71. Bánh nư ớ ng xố p ăn sáng Mac và phô mai ... 156
NHÚNG ... 158
72. Tỏi và thịt xông khói nhúng ... 159
73. Tôm sốt phô mai cay ... 161
74. Gạch Phô Mai Nhúng ... 163
ĐIỆ N ... 165
75. Gnocchi vớ i số t phô mai và thị t xông khói ... 166
76. Thị t nai bọ c thị t xông khói ... 168
77. Leberkäse ... 170
78. Gà BBQ và Lasagna thị t xông khói ... 173
79. Pizza Hawaii ... 175
80. Jack Daniel's Bacon Mac 'n' Cheese ... 177
81. Cơ m Risotto Tiramisu ... 179
82. Súp Thị t Xông Khói Và Phô Mai ... 181
83. Phô mai Mac Bacon nấ u chậ m ... 183
84. Pizza Parmesan và Ricotta ... 185
SALAD ... 187
85. Salad Caesar Gnocchi ... 188
86. Salad lõi tôm hùm ... 190
87. Salad Caesar ... 192
88. Thị t xông khói Mac và Salad phô mai ... 194
89. Salad Mac và phô mai vớ i thị t xông khói ... 196
90. Salad Mac và phô mai vớ i bông cả i xanh và thị t xông khói ... 198
MẶ T ... 200
91. Cải Brussels nướng thịt xông khói ... 201
92. Đậu nướng Boston ... 203
93. Khoai tây chiên thịt xông khói ... 205
94. Giáng sinh Khoai tây chiên cải Brussels phô mai ... 207
95. Khoai tây chiên Bratkartoffeln kiểu Đức ... 209
96. Khoai Tây Chiên Gà ... 211
97. Khoai tây chiên kiểu Ailen ... 213
MÓN TRÁNG MIỆ NG ... 215
98. Bánh Thú Ăn Thị t ... 216
99. Kem Maple Bacon vớ i bánh rán tráng men Maple ... 218
100. Táo, chuố i, thị t xông khói nư ớ ng ... 221
KẾ T LUẬ N ... 223

GIỚI THIỆU

Chào mừng bạn đến với thế giới nóng hổi của thịt xông khói—một nguyên liệu được yêu thích có khả năng biến bất kỳ món ăn nào thành một kiệt tác ngon lành. Trong cuốn sách nấu ăn này, chúng tôi tôn vinh hương vị vô song và tính linh hoạt của thịt xông khói, mang đến cho bạn một bộ sưu tập các công thức nấu ăn sẽ kích thích vị giác của bạn và khiến bạn thèm ăn thêm. Cho dù bạn là người đam mê thịt xông khói suốt đời hay mới bắt đầu khám phá những điều kỳ diệu về hương vị của nó, cuốn sách nấu ăn này là hướng dẫn giúp bạn khai thác toàn bộ tiềm năng của thành phần không thể cưỡng lại này.

Trong những trang này, bạn sẽ khám phá một bản giao hưởng của hương vị và kết cấu, từ giòn và có mùi khói đến mềm và caramen. Từ những món ăn sáng cổ điển như thịt xông khói và trứng cho đến những món sáng tạo dành cho người sành ăn như sò điệp bọc thịt xông khói và từ bánh mì kẹp thịt xông khói thịnh soạn cho đến món tráng miệng tẩm thịt xông khói đáng ngạc nhiên, cuốn sách nấu ăn này sẽ đưa bạn vào một hành trình ẩm thực khó quên. Mỗi công thức đều được chế tạo một cách cẩn thận, thể hiện nhiều hương vị đáng kinh ngạc mà thịt xông khói mang lại cho bàn ăn.

Hãy sẵn sàng bắt tay vào cuộc phiêu lưu đầy thịt xông khói trong nhà bếp của riêng bạn. Chúng tôi sẽ cung cấp cho bạn các mẹo, kỹ thuật nấu ăn chuyên nghiệp và những cách sáng tạo để kết hợp thịt xông khói vào các món ăn yêu thích của bạn. Cho dù bạn đang tổ chức bữa nửa buổi, nấu bữa tối cuối tuần hay chuẩn bị một bữa tiệc nhân dịp đặc biệt, thịt xông khói sẽ nâng cao khả năng sáng tạo ẩm thực của bạn và để lại ấn tượng lâu dài cho khách hàng.

Vì vậy, hãy lấy tạp dề của bạn, làm nóng chảo trước và chuẩn bị đắm mình trong bản giao hưởng hương vị hấp dẫn mà chỉ thịt xông khói mới có thể mang lại. Hãy cùng hòa mình vào thế giới nóng hổi của thịt xông khói!

THỊ T XÔNG KHÍ TỰ LÀM

1. Thịt xông khói chữa khỏi

THÀNH PHẦN:

- 5 pound thịt ba chỉ, có da
- ½ chén muối kosher
- ½ chén đường nâu
- 2 muỗng canh hạt tiêu đen, mới xay
- 2 muỗng canh ớt bột xông khói
- 2 thìa cà phê muối hồng (Bột Praha #1)

HƯỚNG DẪN:

a) Trong một cái bát, trộn muối kosher, đường nâu, tiêu đen, ớt bột hun khói và muối hồng.

b) Xoa đều hỗn hợp lên bụng thịt lợn, đảm bảo tất cả các mặt đều được phủ đều.

c) Đặt thịt ba chỉ đã tẩm gia vị vào một chiếc túi lớn có thể khóa lại hoặc bọc chặt trong màng bọc thực phẩm.

d) Để tủ lạnh từ 7-10 ngày, đảo bụng 2 ngày một lần để hỗn hợp đông đặc phân bố đều.

e) Sau thời gian ủ, lấy thịt ba chỉ ra khỏi túi và rửa sạch dưới nước lạnh để loại bỏ muối và gia vị dư thừa.

f) Làm nóng lò nướng trước ở nhiệt độ 200°F (93°C) và hun khói bụng lợn trong 2-3 giờ cho đến khi nhiệt độ bên trong đạt 150°F (66°C).

g) Để thịt xông khói nguội rồi cho vào tủ lạnh trong vài giờ hoặc qua đêm.

h) Cắt thịt xông khói theo độ dày mong muốn và nấu như cách bạn làm với thịt xông khói mua ở cửa hàng.

2. Thịt xông khói Thổ Nhĩ Kỳ

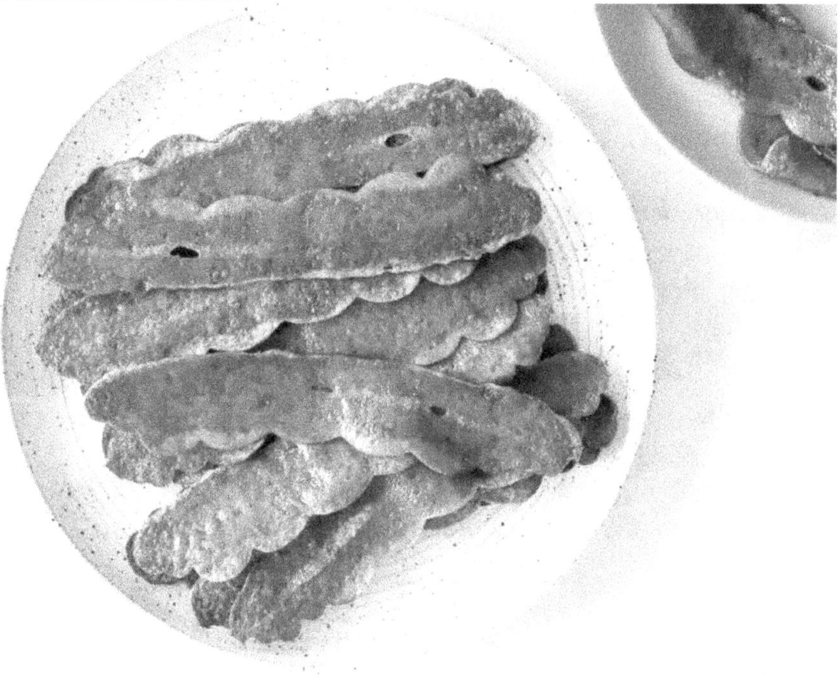

THÀNH PHẦN:

- 2 pound ức gà tây, không da và không xương
- ¼ chén muối kosher
- 2 thìa đường
- 1 muỗng canh hạt tiêu đen, nghiền nát
- 1 muỗng canh húng tây khô
- 1 muỗng canh ớt bột xông khói
- 1 thìa cà phê bột tỏi
- ½ thìa cà phê muối hồng (bột Praha #1)

HƯỚNG DẪN:

a) Trong một cái bát, trộn muối kosher, đường, hạt tiêu nghiền, húng tây khô, ớt bột hun khói, bột tỏi và muối chữa bệnh hồng.

b) Xoa hỗn hợp lên khắp ức gà tây, đảm bảo hỗn hợp được phủ đều.

c) Đặt ức gà tây vào túi ziplock và để trong tủ lạnh trong 5 - 7 ngày, lật lại hàng ngày.

d) Sau thời gian ủ, lấy ức gà tây ra khỏi túi và rửa sạch dưới nước lạnh.

e) Vỗ nhẹ cho ức gà tây khô và để khô trong tủ lạnh trong 12-24 giờ.

f) Làm nóng lò ở nhiệt độ 175°F (80°C) hoặc nhiệt độ thấp nhất hiện có.

g) Hút ức gà tây trong lò hun khói hoặc nướng trong lò làm nóng trước cho đến khi đạt nhiệt độ bên trong là 150°F (65°C).

h) Để thịt xông khói gà tây nguội hoàn toàn trước khi cắt lát và sử dụng nó như một hương vị thay thế cho thịt xông khói truyền thống.

BỮA SÁNG

3.Măng tây và thịt xông khói Frittata

THÀNH PHẦN:

- 1 bó măng tây
- 6 lát thịt xông khói, nấu chín và cắt nhỏ
- 8 quả trứng
- 1/4 cốc sữa
- 1/2 chén phô mai cheddar cắt nhỏ
- Muối và hạt tiêu cho vừa ăn

HƯỚNG DẪN:

a) Làm nóng lò ở nhiệt độ 375°F (190°C).

b) Cắt bỏ phần đầu cứng của măng tây và cắt chúng thành từng miếng 1 inch.

c) Trong chảo, xào măng tây trên lửa vừa cho đến khi mềm, khoảng 5-6 phút.

d) Trong một cái bát, đánh đều trứng, sữa, muối và hạt tiêu.

e) Khuấy măng tây nấu chín và thịt xông khói vụn.

f) Đổ hỗn hợp vào đĩa bánh 9 inch đã phết mỡ và rắc phô mai cheddar cắt nhỏ lên trên.

g) Nướng trong lò làm nóng trước trong 25-30 phút hoặc cho đến khi frittata chín và có màu vàng nhạt ở trên.

h) Lấy ra khỏi lò và để nguội trong vài phút trước khi cắt và phục vụ.

4.Gnocchi thịt xông khói và trứng

THÀNH PHẦN:

- 1 pound gnocchi khoai tây
- 6 lát thịt xông khói, nấu chín và cắt nhỏ
- 4 quả trứng
- 1 chén rau bina bé
- ½ cốc phô mai Parmesan bào
- Muối và hạt tiêu cho vừa ăn
- Hẹ tươi cắt nhỏ để trang trí

HƯỚNG DẪN:

a) Nấu gnocchi theo hướng dẫn trên bao bì. Xả và đặt sang một bên.

b) Trong chảo lớn, nấu thịt xông khói cho đến khi giòn. Lấy thịt xông khói ra và để ráo trên khăn giấy. Nghiền thịt xông khói thành từng miếng nhỏ.

c) Trong cùng một chiếc chảo, thêm gnocchi đã nấu chín và nấu trên lửa vừa cho đến khi có màu nâu nhạt.

d) Đẩy gnocchi sang một bên của chảo và đập trứng vào phía bên kia. Nấu trứng đến độ chín mong muốn.

e) Thêm rau bina non vào chảo và nấu cho đến khi héo.

f) Rắc phô mai Parmesan bào, thịt xông khói vụn, muối và tiêu lên gnocchi và trứng. Quăng mọi thứ lại với nhau cho đến khi kết hợp tốt.

g) Chuyển chảo gnocchi ra đĩa và trang trí với hẹ cắt nhỏ. Phục vụ ngay lập tức.

5.Bánh kếp phô mai xanh và thịt xông khói

THÀNH PHẦN:

- 1 cốc bột mì đa dụng
- 1 thìa đường
- 1 thìa cà phê bột nở
- ½ muỗng cà phê baking soda
- ¼ thìa cà phê muối
- 1 cốc bơ sữa
- 1 trứng lớn
- 2 muỗng canh bơ tan chảy
- ½ chén phô mai xanh vụn
- ¼ chén thịt xông khói nấu chín, vụn

HƯỚNG DẪN:

a) Trong một tô trộn, trộn đều bột mì, đường, bột nở, baking soda và muối.

b) Trong một bát riêng, đánh đều bơ sữa, trứng và bơ tan chảy.

c) Đổ nguyên liệu ướt vào nguyên liệu khô và khuấy đều cho đến khi vừa kết hợp.

d) Cho phô mai xanh vụn và thịt xông khói nấu chín vào.

e) Đun nóng chảo chống dính hoặc vỉ nướng trên lửa vừa và bôi nhẹ dầu mỡ.

f) Đổ ¼ cốc bột vào chảo cho mỗi chiếc bánh. Nấu cho đến khi nổi bong bóng trên bề mặt thì lật mặt và nấu thêm 1-2 phút nữa.

g) Lặp lại với các pin còn lại. Dọn bánh kếp với rắc phô mai xanh vụn và thịt xông khói lên trên.

6.Bánh xèo thịt xông khói

THÀNH PHẦN:

- 8 lát thịt xông khói cắt ở giữa
- 1½ chén bột mì đánh vần
- 1½ muỗng cà phê bột nở
- 1 muỗng cà phê baking soda
- ½ muỗng cà phê muối
- 2 quả trứng lớn, đánh bông
- 1 muỗng canh bơ, tan chảy
- 1 muỗng cà phê chiết xuất vani
- 1¼ cốc sữa ít béo 2%
- ¼ cốc xi-rô cây phong

HƯỚNG DẪN:

a) Làm nóng lò ở nhiệt độ 350°F.

b) Xếp thịt xông khói thành một lớp duy nhất trên khay nướng có viền lót giấy da.

c) Cho thịt xông khói vào lò nướng và nướng trong 30 phút hoặc cho đến khi thịt xông khói chín.

d) Lấy thịt xông khói ra khỏi lò và đặt thịt xông khói lên đĩa có lót khăn giấy để nguội.

e) Trong một tô lớn, thêm bột mì, bột nở, baking soda và muối. Đánh đều để kết hợp các thành phần.

f) Trong một bát khác, thêm trứng, bơ, vani, sữa và xi-rô cây phong vào rồi đánh đều để các Nguyên liệu hòa quyện.

g) Thêm nguyên liệu ướt vào nguyên liệu khô và đánh đều để kết hợp mọi thứ một cách kỹ lưỡng.

h) Để bột nghỉ khoảng 2 đến 3 phút. Điều này cho phép tất cả các thành phần kết hợp với nhau và làm cho bột có độ đặc tốt hơn.

i) Xịt một lớp dầu thực vật lên chảo chống dính hoặc vỉ nướng rồi đun trên lửa vừa.

j) Khi chảo đã nóng, đặt dải thịt xông khói lên chảo. Đổ ¼ cốc bột lên trên thịt xông khói. Trải đều bột lên thịt xông khói cũng như các mặt của thịt xông khói.

k) Nấu cho đến khi các mặt đã chín thì lật mặt bánh lại để chiên. Bạn có thể nhận thấy rằng những chiếc bánh kếp này nấu nhanh hơn một chút ở phần thịt xông khói.

l) Sau khi bánh đã chín ở mặt đó, hãy lấy bánh ra khỏi bếp và đặt bánh lên đĩa.

m) Tiếp tục các bước này với phần bột còn lại.

7.Okonomiyaki Nhật Bản

THÀNH PHẦN:

- 2 chén bắp cải, thái nhỏ
- 1 cốc bột mì đa dụng
- ¾ cốc nước
- 2 quả trứng lớn
- ½ chén hành lá xắt nhỏ
- ½ chén thịt xông khói hoặc tôm nấu chín cắt nhỏ (tùy chọn)
- ¼ cốc sốt mayonaise
- 2 muỗng canh sốt Worcestershire
- 1 muỗng canh nước tương
- Cá ngừ bào (cá khô) và gừng ngâm chua để phục vụ

HƯỚNG DẪN:

a) Trong một tô lớn, trộn bắp cải, bột mì, nước, trứng, hành lá và thịt xông khói hoặc tôm đã nấu chín (nếu dùng). Trộn đều.

b) Đun nóng chảo chống dính hoặc vỉ nướng trên lửa vừa và bôi nhẹ dầu mỡ.

c) Đổ ¼ cốc bột vào chảo và dàn thành hình tròn.

d) Nấu khoảng 3-4 phút cho đến khi mặt dưới có màu vàng nâu thì lật mặt và nấu thêm 3-4 phút nữa.

e) Lặp lại với các pin còn lại. Phục vụ món okonomiyaki rưới sốt mayonnaise, sốt Worcestershire và nước tương. Rắc cá ngừ bào và ăn kèm với gừng ngâm.

8.Bánh mì nướng kiểu Pháp bọc thịt xông khói

THÀNH PHẦN:

NƯỚC XỐT:

- 4 muỗng canh bơ không muối
- ½ cốc si-rô phong
- 3 muỗng canh kem đặc
- 2 thìa rượu tequila
- ⅛ muỗng cà phê muối
- 1 muỗng canh nước cốt chanh

BÁNH MÌ PHÁP:

- 8 miếng thịt xông khói hun khói cắt lát
- 4 lát bánh mì brioche hoặc challah (dày 1 inch)
- 5 quả trứng lớn
- ⅔ cốc sữa
- 1 muỗng cà phê chiết xuất vani
- ⅛ muỗng cà phê muối

HƯỚNG DẪN

a) Làm nóng lò ở nhiệt độ 375° F.

b) Đun chảy bơ trong chảo nhỏ trên lửa vừa.

c) Khuấy xi-rô cây phong, kem, rượu tequila và muối.

d) Đun nhỏ lửa và nấu, khuấy thường xuyên cho đến khi hơi đặc khoảng 5 phút. Tắt bếp và cho nước cốt chanh vào khuấy đều.

e) Xếp 2 lát thịt xông khói xung quanh các cạnh của mỗi chảo nhỏ dạng lò xo, chồng lên nhau nếu cần sao cho chỉ xung quanh các cạnh chứ không nằm ở đáy chảo.

f) Cắt và tỉa các lát bánh mì nếu cần để bạn có thể vừa khít chúng vào từng chảo với thịt xông khói "xung quanh".

g) Đánh đều trứng, sữa, vani và muối trong tô. Múc hoặc đổ hỗn hợp lên các lát bánh mì, dừng lại khi cần thiết để chất lỏng được hấp thụ.

h) Để yên trong 10 phút, dùng nĩa chọc các lát một hoặc hai lần. Đặt chảo dạng lò xo lên khay nướng.

i) Nướng cho đến khi trứng chín và bánh mì nướng kiểu Pháp phồng lên trong khoảng 23-25 phút. Lấy bánh pudding ra khỏi chảo và rưới nước sốt lên trên để thưởng thức.

9. Pizza ăn sáng Bisquick

THÀNH PHẦN:

- 2 cốc hỗn hợp Bisquick
- ⅔ cốc sữa
- 6 quả trứng, đánh đập
- 1 chén phô mai cheddar cắt nhỏ
- 1 chén thịt xông khói hoặc xúc xích nấu chín, vụn
- ½ chén ớt chuông thái hạt lựu
- ½ chén hành tây thái hạt lựu
- Muối và hạt tiêu cho vừa ăn

HƯỚNG DẪN:

a) Làm nóng lò nướng ở nhiệt độ 425°F (220°C) và bôi mỡ vào chảo pizza hoặc khay nướng.

b) Trong tô trộn, trộn hỗn hợp Bisquick và sữa để làm vỏ bánh pizza.

c) Trải bột lên chảo đã phết dầu mỡ, tạo hình thành vỏ bánh pizza tròn.

d) Trong một bát riêng, trộn trứng đã đánh, phô mai cắt nhỏ, thịt xông khói hoặc xúc xích nấu chín, ớt chuông, hành tây, muối và tiêu.

e) Đổ hỗn hợp trứng lên vỏ bánh pizza đã chuẩn bị.

f) Nướng trong 15-18 phút hoặc cho đến khi trứng chín và vỏ bánh có màu nâu vàng.

g) Cắt lát và phục vụ như một chiếc bánh pizza ăn sáng ngon miệng.

10.bánh quy bisquick

THÀNH PHẦN:

- 2 cốc hỗn hợp Bisquick
- ½ cốc sữa
- 4 quả trứng
- 1 chén phô mai cheddar cắt nhỏ
- 1 chén rau xắt nhỏ (như rau bina, nấm và ớt chuông)
- ½ chén thịt xông khói hoặc giăm bông nấu chín, xắt nhỏ
- Muối và hạt tiêu cho vừa ăn

HƯỚNG DẪN:

a) Làm nóng lò ở nhiệt độ 375°F (190°C) và bôi mỡ lên đĩa bánh.

b) Trong tô trộn, trộn hỗn hợp Bisquick, sữa và trứng để làm vỏ bánh quiche.

c) Trải đều hỗn hợp vỏ bánh lên đáy và các mặt của đĩa bánh đã phết mỡ.

d) Trong một bát khác, trộn phô mai cắt nhỏ, rau xắt nhỏ, thịt xông khói hoặc giăm bông nấu chín, muối và hạt tiêu.

e) Đổ hỗn hợp vào vỏ bánh.

f) Nướng trong 30-35 phút hoặc cho đến khi phần giữa se lại và lớp vỏ có màu nâu vàng.

g) Để bánh quiche nguội trong vài phút trước khi cắt và phục vụ.

11.Bánh nướng ăn sáng trứng

THÀNH PHẦN:

- 250g bánh phồng cán sẵn
- 4 quả trứng gà thả vườn
- 2 cây nấm thái lát
- 6-8 lát thịt xông khói sọc
- Cà chua bi
- húng tây tươi
- Ớt mảnh hun khói khô
- H và g đầy đủ theo lựa chọn của bạn

HƯỚNG DẪN:

a) Đầu tiên, hãy để lò nguội cho đến khi nhiệt độ đạt khoảng 180°C.

b) Cắt bánh phồng của bạn thành bốn hình vuông và đặt lên chảo nướng có lót giấy nướng để nướng ở nhiệt độ cao.

c) Nướng trong 10 phút hoặc cho đến khi bánh phồng lên và bắt đầu có màu nâu vàng.

d) Chiên thịt xông khói của bạn . Thêm nấm và một chút dầu ô liu khi thịt xông khói đã bắt đầu nấu.

e) Sau khi lấy bánh ra khỏi lò đốt củi, ấn nhẹ vào giữa mỗi chiếc bánh để nâng hai bên lên một chút.

f) Đặt thịt xông khói và nấm lên trên, sau đó rắc nhiều phô mai lên trên. Thêm một vài quả cà chua bi vào hai bên nếu bạn cảm thấy táo bạo.

g) Trong lò đốt củi, đập một quả trứng vào giữa mỗi chiếc bánh và nướng thêm 10-15 phút nữa.

h) Khi trứng chín, hãy lấy chúng ra khỏi chảo và thưởng thức bữa sáng ngon miệng của bạn!

12.Bánh quế thịt xông khói và cheddar

THÀNH PHẦN:

- 2 chén bột mì đa dụng
- 2 muỗng canh đường cát
- 1 muỗng canh bột nở
- ½ muỗng cà phê muối
- 2 quả trứng lớn
- 1¾ cốc sữa
- ⅓ cốc bơ không muối, đun chảy
- 1 chén phô mai cheddar cắt nhỏ
- 6 lát thịt xông khói, nấu chín và cắt nhỏ
- Topping tùy chọn: thêm phô mai cheddar cắt nhỏ, hành lá cắt nhỏ

HƯỚNG DẪN:

a) Làm nóng trước bàn ủi bánh quế của bạn theo hướng dẫn của nhà sản xuất.

b) Trong một tô trộn lớn, trộn đều bột mì, đường, bột nở và muối.

c) Trong một bát riêng, đánh trứng. Thêm sữa và bơ tan chảy vào. Đánh đều cho đến khi kết hợp tốt.

d) Đổ nguyên liệu ướt vào nguyên liệu khô và khuấy đều cho đến khi vừa kết hợp. Đừng trộn quá kỹ; vài cục là được.

e) Cho phô mai cheddar cắt nhỏ và thịt xông khói vụn vào bột.

f) Bôi nhẹ bàn ủi bánh quế bằng bình xịt nấu ăn hoặc phết bơ tan chảy lên bàn ủi.

g) Đổ bột vào khuôn làm bánh quế đã được làm nóng trước, sử dụng lượng bột được khuyến nghị tùy theo kích cỡ khuôn làm bánh quế của bạn.

h) Đậy nắp và nấu cho đến khi bánh quế có màu vàng nâu và giòn.

i) Cẩn thận lấy bánh quế ra khỏi bàn ủi và chuyển chúng lên giá lưới để nguội một chút.

j) Lặp lại quá trình với phần bột còn lại cho đến khi tất cả bánh quế được nấu chín.

k) Phục vụ món bánh quế thịt xông khói và cheddar còn ấm với phô mai cheddar cắt nhỏ rắc lên trên và rắc hành lá cắt nhỏ nếu muốn.

13.Bánh ngô ăn sáng soong

THÀNH PHẦN:

- 4 cốc bánh ngô
- 8 lát bánh mì, cắt khối
- 2 chén giăm bông hoặc thịt xông khói nấu chín, thái hạt lựu
- 2 chén phô mai cheddar cắt nhỏ
- 6 quả trứng lớn
- 2 cốc sữa
- 1 thìa cà phê mù tạt Dijon
- ½ muỗng cà phê muối
- ¼ thìa cà phê tiêu đen

HƯỚNG DẪN:

a) Làm nóng lò nướng của bạn ở nhiệt độ 350°F (175°C). Bôi mỡ vào đĩa nướng 9x13 inch.

b) Trải một nửa số bánh ngô vào đáy đĩa đã chuẩn bị.

c) Phủ một nửa số lát bánh mì, giăm bông hoặc thịt xông khói và phô mai cắt nhỏ lên trên. Lặp lại với một lớp bánh ngô, bánh mì, giăm bông hoặc thịt xông khói và phô mai khác.

d) Trong một tô lớn, trộn đều trứng, sữa, mù tạt Dijon, muối và tiêu đen.

e) Đổ đều hỗn hợp trứng lên các nguyên liệu đã xếp thành lớp trong đĩa nướng.

f) Dùng nĩa ấn nhẹ xuống để bánh được ngấm đều vào hỗn hợp trứng.

g) Để yên khoảng 10-15 phút để bánh mì thấm chất lỏng.

h) Nướng trong 35-40 phút hoặc cho đến khi mặt trên có màu nâu vàng và trứng đã chín.

i) Lấy ra khỏi lò và để nguội trong vài phút trước khi dùng.

14.Bánh nướng thịt xông khói

THÀNH PHẦN:

- 12 lát thịt xông khói
- 2 cốc hỗn hợp bánh pancake
- Trang trí: bơ, siro phong

HƯỚNG DẪN:

a) Trên vỉ nướng đặt ở lửa vừa, nấu thịt xông khói cho đến khi giòn. Để ráo nước, để lại 2 thìa nhỏ giọt.

b) Trong khi đó, chuẩn bị hỗn hợp bánh pancake theo hướng dẫn trên bao bì, bỏ một ít nước hoặc sữa để bột đặc hơn.

c) Xếp các lát thịt xông khói cách nhau 2 inch trên vỉ nướng đã phết dầu nhỏ giọt dành riêng. Từ từ đổ bột pancake lên từng miếng thịt xông khói, phủ kín từng miếng.

d) Nấu cho đến khi vàng đều hai mặt; ăn kèm với bơ và siro phong.

15.Trứng Benedict

THÀNH PHẦN:

- 4 bánh nướng xốp kiểu Anh, chia đôi và nướng
- 16 lát thịt xông khói Canada
- 8 quả trứng
- ¼ cốc cộng với 1 muỗng canh bơ, chia
- ¼ chén bột mì đa dụng
- 1 thìa cà phê ớt bột
- ⅛ muỗng cà phê hạt nhục đậu khấu
- 2 cốc sữa
- Gói phô mai Thụy Sĩ cắt nhỏ 8 ounce
- ½ chén nước luộc gà
- 1 chén ngũ cốc bột ngô, nghiền nát

HƯỚNG DẪN:

a) Xếp các miếng bánh nướng xốp vào khay nướng 13"x9" đã được bôi một ít dầu mỡ lên trên.

b) Đặt 2 lát thịt xông khói lên mỗi nửa bánh muffin. Đổ nước vào nửa chảo lớn; đun sôi nó lên. Đập một quả trứng vào đĩa; cẩn thận trượt nó xuống nước.

c) Lặp lại với 3 quả trứng nữa. Đun nhỏ lửa, không đậy nắp, trong 3 phút hoặc chỉ cho đến khi chín. Loại bỏ trứng bằng thìa có rãnh. Lặp lại với số trứng còn lại.

d) Đặt một quả trứng vào mỗi nửa bánh muffin; để qua một bên. Trong chảo trên lửa vừa, làm tan chảy ¼ cốc bơ; khuấy bột mì, ớt bột và hạt nhục đậu khấu. Thêm sữa; nấu và khuấy cho đến khi đặc và sủi bọt.

e) Khuấy phô mai cho đến khi tan chảy; thêm nước dùng. Cẩn thận rưới nước sốt lên trứng. Làm tan bơ còn lại; khuấy ngũ cốc và rắc lên trên. Đậy nắp và để lạnh qua đêm.

f) Nướng, không đậy nắp, ở nhiệt độ 375 độ trong 20 đến 25 phút, cho đến khi nóng hoàn toàn.

16.Khoai tây chiên thịt xông khói

THÀNH PHẦN:

- 3 muỗng canh bơ, tan chảy
- 1½ pound khoai tây da đỏ, cắt thành lát ¼ inch
- ¼ thìa cà phê muối
- ¼ thìa cà phê tiêu
- 6 lát thịt xông khói
- Trang trí: lá húng tây tươi

HƯỚNG DẪN:

a) Phủ một lớp bơ tan chảy lên chảo gang. Xếp khoai tây vào chảo; nêm từng lớp với muối và hạt tiêu.

b) Xếp các lát thịt xông khói chưa nấu chín lên trên.

c) Nướng không đậy nắp ở nhiệt độ 425 độ trong 40 phút hoặc cho đến khi thịt xông khói giòn và khoai tây mềm.

d) Trang trí với lá húng tây.

17.Thịt xông khói ngọt và cay

THÀNH PHẦN:

- ½ chén đường nâu, đóng gói
- 2 thìa ớt bột
- 1 thìa cà phê thì là xay
- 1 thìa cà phê hạt thì là
- 1 thìa cà phê rau mùi đất
- ¼ thìa cà phê ớt cayenne
- 10 lát thịt xông khói dày

HƯỚNG DẪN:

a) Lót giấy nhôm vào chảo cuộn thạch 15"x10".
b) Đặt một giá lưới lên chảo và đặt sang một bên.
c) Kết hợp tất cả các thành phần ngoại trừ thịt xông khói.
d) Rắc hỗn hợp lên một mảnh giấy sáp lớn.
e) Nhấn các lát thịt xông khói vào hỗn hợp, đảo đều để phủ đều.
f) Xếp thành từng lớp trên giá lưới trong chảo; đặt chảo lên giá giữa của lò.
g) Nướng ở 400 độ trong 12 phút; lật thịt xông khói lại.
h) Nướng thêm 10 phút nữa hoặc cho đến khi có màu nâu đậm nhưng không bị cháy. Xả trên khăn giấy; phục vụ ấm áp.

18. Hash browns thịnh soạn

THÀNH PHẦN:

- 8 lát thịt xông khói, nấu chín giòn, cắt nhỏ và để dành riêng
- 10 c. khoai tây, gọt vỏ, nấu chín và cắt khối
- 3 củ hành tây, thái lát
- Muối và hạt tiêu cho vừa ăn

HƯỚNG DẪN:

a) Trong một cái chảo lớn, nhiệt sẽ nhỏ giọt ở lửa vừa. Thêm khoai tây và hành tây vào chảo.

b) Nấu cho đến khi khoai tây vàng và hành tây mềm khoảng 25 phút.

c) Thêm muối và hạt tiêu cho vừa ăn; khuấy thịt xông khói dành riêng.

19.Salad ăn sáng Ravioli

THÀNH PHẦN:

- 1 gói ravioli nhân thịt hoặc phô mai
- 4 chén salad trộn rau xanh
- 1 cốc cà chua bi, giảm một nửa
- ½ chén dưa chuột thái lát
- ¼ chén hành đỏ thái lát
- ¼ chén thịt xông khói vụn
- Trứng luộc chín, thái lát
- Nước sốt salad tùy thích

HƯỚNG DẪN:

a) Nấu ravioli theo hướng dẫn trên bao bì. Xả và đặt sang một bên.

b) Trong một bát salad lớn, kết hợp các loại rau trộn salad, cà chua bi, dưa chuột thái lát, hành tây đỏ thái lát, thịt xông khói vụn và trứng luộc cắt lát.

c) Thêm ravioli nấu chín vào bát salad.

d) Rưới nước sốt salad yêu thích của bạn lên trên món salad và trộn đều.

e) Phục vụ món salad ăn sáng ravioli ngay lập tức.

20.Quiche rau bina tươi trang trại

THÀNH PHẦN:

- 8 lát thịt xông khói, nấu chín giòn, cắt nhỏ và chia thành từng phần
- Vỏ bánh đông lạnh 9 inch đã rã đông
- 2 cốc phô mai Monterey Jack cắt nhỏ
- Gói 10 ounce rau bina cắt nhỏ đông lạnh, rã đông và để ráo nước
- 1½ cốc sữa
- 3 quả trứng, đánh đập
- 1 muỗng canh bột mì đa dụng

HƯỚNG DẪN:

a) Rắc một nửa phần thịt xông khói vụn xuống đáy vỏ bánh. Trộn phô mai, rau bina, sữa, trứng và bột mì. Đổ lên lớp vỏ.

b) Rắc phần thịt xông khói vụn còn lại lên trên.

c) Nướng ở nhiệt độ 350 độ trong một giờ hoặc cho đến khi phần giữa đã se lại.

21.Bánh BLT

THÀNH PHẦN:

- 12 lát thịt xông khói, nấu chín giòn và cắt vụn
- 1 chén phô mai Thụy Sĩ cắt nhỏ
- ½ cốc hỗn hợp nướng bánh quy
- ⅓ cốc cộng với 2 muỗng canh sốt mayonnaise, chia
- ¾ cốc sữa
- ⅛ thìa cà phê tiêu
- 2 quả trứng, đánh bông
- 1 chén rau diếp thái nhỏ
- 6 lát cà chua mỏng

HƯỚNG DẪN:

a) Xếp thịt xông khói và phô mai lên đĩa bánh 9 inch đã phết một ít dầu mỡ. Trong một cái bát, trộn đều hỗn hợp nướng, ⅓ cốc sốt mayonnaise, sữa, hạt tiêu và trứng cho đến khi hòa quyện. Đổ phô mai lên.

b) Nướng ở nhiệt độ 350 độ trong 25 đến 30 phút, cho đến khi mặt trên vàng và dùng dao đâm vào giữa sẽ thấy sạch. Để yên trong 5 phút. Rưới sốt mayonnaise còn lại lên bánh.

c) Rắc rau diếp; xếp các lát cà chua lên trên rau diếp.

22.Trứng tráng thịt xông khói và tiêu

THÀNH PHẦN:

- 1 và ½ cốc nước
- 4 củ hành lá, xắt nhỏ
- 6 ounce thịt xông khói, xắt nhỏ
- ½ chén ớt chuông đỏ, xanh và cam, xắt nhỏ
- Một nhúm hạt tiêu đen
- 6 quả trứng
- ½ cốc nước cốt dừa
- phun dầu Olive

HƯỚNG DẪN:

a) Trong một cái bát, trộn trứng với một chút hạt tiêu đen và nước cốt dừa rồi đánh đều.

b) Thêm hỗn hợp ớt chuông, thịt xông khói, hành lá vào rồi đánh đều lần nữa.

c) Xịt dầu ô liu lên một đĩa tròn, đổ trứng vào trộn đều và trải đều.

d) Cho nước vào nồi ăn liền, cho xửng hấp và đĩa nướng vào trong, đậy nắp lại và nấu ở chế độ Cao trong 30 phút.

e) Để món trứng tráng của bạn nguội một chút, cắt lát, chia ra các đĩa và thưởng thức.

f) Thưởng thức!

23.Trứng tráng thịt xông khói và rau bina

THÀNH PHẦN:

- 3 quả trứng lớn
- 3 lát thịt xông khói, nấu chín và cắt nhỏ
- 1 chén lá rau bina tươi
- 1/4 chén phô mai mozzarella cắt nhỏ
- Muối và hạt tiêu cho vừa ăn
- 1 thìa bơ

HƯỚNG DẪN:

a) Đánh trứng vào tô và nêm muối và hạt tiêu.

b) Đun nóng bơ trong chảo chống dính trên lửa vừa cho đến khi tan chảy.

c) Thêm lá rau bina vào chảo và nấu cho đến khi héo.

d) Đổ trứng đã đánh vào chảo, nghiêng sao cho phủ đều rau bina.

e) Rắc thịt xông khói vụn và phô mai mozzarella cắt nhỏ lên một nửa món trứng tráng.

f) Để trứng nấu cho đến khi chúng bắt đầu đông lại ở các cạnh.

g) Cẩn thận gấp nửa còn lại của món trứng tráng lên trên mặt thịt xông khói và phô mai.

h) Nấu thêm một phút nữa hoặc cho đến khi phô mai tan chảy.

i) Múc trứng tráng ra đĩa và dùng khi còn nóng.

24. Trứng tráng trang trại

THÀNH PHẦN:

- 4 dải thịt xông khói, thái hạt lựu
- 1/4 chén hành tây xắt nhỏ
- 6 quả trứng lớn
- 1 muỗng canh nước
- 1/4 thìa cà phê muối, tùy chọn
- 1/8 thìa cà phê tiêu
- Nước sốt ớt cay
- 3 muỗng cà phê bơ, chia
- 1/2 chén giăm bông nấu chín hoàn toàn, chia thành từng phần
- 1/4 chén nấm tươi thái lát mỏng, chia đôi
- 1/4 chén ớt xanh xắt nhỏ, chia
- 1 chén phô mai cheddar cắt nhỏ, chia

HƯỚNG DẪN:

a) Nấu thịt xông khói trong chảo rán trên lửa vừa cho đến khi giòn. Dùng thìa có rãnh để chuyển sang khăn giấy. Lọc, tiết kiệm 2 muỗng cà phê nhỏ giọt. Xào hành tây cho đến khi mềm rồi để sang một bên.

b) Trộn đều nước sốt tiêu, hạt tiêu, muối nếu bạn muốn, nước và trứng vào tô. Trong một 10-in. chảo chống dính, đun nóng 1/2 thìa cà phê bơ trên lửa vừa và cho một nửa hỗn hợp trứng vào. Trong khi trứng đã chín, hãy nâng các cạnh lên để phần chưa chín chạy bên dưới.

c) Sau khi trứng đã chín, rưới một nửa phô mai, ớt xanh, nấm, giăm bông, hành tây và thịt xông khói lên một mặt rồi gấp lại.

d) Đậy nắp lại và để yên cho đến khi phô mai tan chảy, khoảng 1-2 phút.

e) Sử dụng những nguyên liệu còn lại để làm món Trứng tráng thứ hai theo cách tương tự.

25.Trứng tráng bơ , thịt xông khói và phô mai Thụy Sĩ

THÀNH PHẦN:

- 3 quả trứng
- 3 thìa rưỡi
- Muối và hạt tiêu cho vừa ăn
- 2 thìa bơ chín, thái hạt lựu
- Phô mai Thụy Sĩ 1 ounce, bào
- 1 lát thịt xông khói giòn

HƯỚNG DẪN:

a) Kết hợp 4 thành phần đầu tiên và đánh tốt.

b) Đổ vào chảo Omelet đã phết dầu tốt và nấu trên lửa vừa cho đến khi phồng lên.

c) Thêm bơ, phô mai và thịt xông khói vụn.

d) Phục vụ hoặc mở mặt hoặc gấp lại.

26.Trứng tráng khoai tây thịnh soạn

THÀNH PHẦN:

- 1 dải thịt xông khói, cắt thành miếng 1/2 inch
- 4 Tater Tots đông lạnh, rã đông
- 2 quả trứng
- 2 muỗng canh nước
- 3 muỗng canh phô mai cheddar cắt nhỏ

HƯỚNG DẪN:

a) Nấu thịt xông khói trong nồi 8 inch. chảo chống dính trên lửa vừa cho đến khi giòn. Thêm Tater Tots và dùng thìa để tách nó ra.

b) Đánh đều nước với trứng vào một cái bát nhỏ rồi cho vào chảo rán.

c) Trong khi trứng đã chín, hãy nâng các cạnh lên để phần sống chạy bên dưới.

d) Sau khi trứng đã chín, đặt phô mai sang một bên và xếp Trứng tráng lên trên phần nhân.

e) Đậy nắp lại và để yên cho đến khi phô mai tan chảy, khoảng 1/2 phút.

f) Lên đĩa, lật Trứng tráng để thưởng thức.

27.Ravioli nướng bữa sáng

THÀNH PHẦN:

- 1 gói ravioli nhân thịt hoặc phô mai
- 6 quả trứng
- ¼ cốc sữa
- 1 chén phô mai cheddar cắt nhỏ
- 1 chén thịt xông khói hoặc giăm bông nấu chín, xắt nhỏ
- ½ củ hành tây, xắt nhỏ
- 1 quả ớt chuông, xắt nhỏ
- Muối và hạt tiêu cho vừa ăn
- Rau mùi tây tươi (tùy chọn, để trang trí)

HƯỚNG DẪN:

a) Nấu ravioli theo hướng dẫn trên bao bì. Xả và đặt sang một bên.

b) Trong một cái bát, đánh đều trứng và sữa. Nêm với muối và hạt tiêu.

c) Trong một đĩa nướng có phết dầu mỡ, xếp một nửa số ravioli đã nấu chín, tiếp theo là một nửa thịt xông khói hoặc giăm bông cắt nhỏ, hành tây và ớt chuông.

d) Đổ một nửa hỗn hợp trứng lên trên các lớp.

e) Lặp lại các lớp với ravioli, thịt xông khói hoặc giăm bông, hành tây và ớt chuông còn lại.

f) Đổ hỗn hợp trứng còn lại lên trên.

g) Rắc phô mai cheddar cắt nhỏ lên trên.

h) Nướng trong lò làm nóng trước ở nhiệt độ 350°F (175°C) trong khoảng 25-30 phút hoặc cho đến khi trứng chín và phô mai vàng và sủi bọt.

i) Trang trí với rau mùi tây tươi, nếu muốn.

j) Để bữa sáng nướng nguội một chút trước khi dùng.

28.phơi nắng và thịt xông khói Quiche

THÀNH PHẦN:

- 1 vỏ bánh làm sẵn
- 6 quả trứng
- 1 cốc sữa
- ½ chén thịt xông khói nấu chín cắt nhỏ
- ¼ chén cà chua phơi nắng xắt nhỏ
- ¼ chén phô mai Parmesan bào
- Muối và hạt tiêu cho vừa ăn

HƯỚNG DẪN

a) Làm nóng lò ở nhiệt độ 375°F.
b) Đặt vỏ bánh vào đĩa bánh 9 inch và dùng nĩa chọc vào đáy bánh.
c) Trong một cái bát, đánh trứng với sữa, muối và hạt tiêu.
d) Khuấy thịt xông khói, cà chua phơi nắng và phô mai Parmesan.
e) Đổ hỗn hợp trứng vào vỏ bánh.
f) Nướng trong 40-45 phút cho đến khi bánh quiche chín.

29. Bánh rán nhồi Mac và phô mai

THÀNH PHẦN:

- 1 cốc mì ống nấu chín
- 1 chén phô mai cheddar cắt nhỏ
- ¼ chén phô mai Parmesan bào
- ¼ chén thịt xông khói nấu chín (tùy chọn)
- 1 muỗng canh mùi tây tươi xắt nhỏ
- 1 lon bột bánh quy để lạnh
- Dầu để chiên

HƯỚNG DẪN

a) Trong tô trộn, trộn mì ống đã nấu chín, phô mai cheddar cắt nhỏ, phô mai Parmesan bào, thịt xông khói nấu chín thái hạt lựu (nếu dùng) và rau mùi tây tươi cắt nhỏ. Trộn đều.
b) Tách bột bánh quy đã làm lạnh thành từng bánh quy.
c) Làm phẳng từng chiếc bánh quy bằng tay hoặc cây cán bột.
d) Múc một lượng nhỏ hỗn hợp mac và phô mai vào giữa mỗi chiếc bánh quy dẹt.
e) Gấp các cạnh của bột bánh quy lên trên phần nhân và kẹp để bịt kín, tạo thành một quả bóng.
f) Đun nóng dầu trong nồi chiên sâu hoặc nồi lớn đến nhiệt độ 350°F (175°C).
g) Cẩn thận đặt từng viên bánh quy đã nhồi vào dầu nóng, rồi chiên cho đến khi vàng nâu tất cả các mặt. Quá trình này sẽ mất khoảng 2-3 phút.
h) Dùng thìa có rãnh loại bỏ các lỗ bánh rán khỏi dầu và để ráo dầu trên khăn giấy.
i) Lặp lại quá trình chiên với những viên bánh quy nhồi còn lại.
j) Phục vụ bánh rán nhân mac và phô mai còn ấm. Chúng có thể được thưởng thức nguyên hoặc chấm với sốt marinara, sốt phô mai hoặc bất kỳ loại nước chấm nào bạn muốn.

30.Bữa sáng vi xanh thịt xông khói & hướng dương

THÀNH PHẦN:

- 8 dải thịt xông khói hun khói, nấu cho đến khi giòn và cắt nhỏ
- 4 cốc khoai tây gọt vỏ và nghiền
- 1 chén hành vàng băm
- 1 chén bánh mì tươi
- ¼ chén ớt jalapeño, thái nhỏ
- một số ít rau xanh hướng dương
- 1 muỗng canh tỏi, băm nhỏ
- dầu ô liu cho chảo, nếu cần
- 1¼ thìa cà phê muối
- hạt tiêu vừa mới nghiền
- 6 quả trứng

HƯỚNG DẪN:

a) Làm nóng lò ở nhiệt độ 375 độ F.

b) Nghiền khoai tây và hành tây trong máy xay thực phẩm có gắn phụ kiện vắt.

c) Loại bỏ và vắt hết chất lỏng ra khỏi khoai tây và hành tây.

d) Trộn khoai tây và hành tây với dầu thịt xông khói, vụn bánh mì, ớt jalapeño và tỏi vào chảo.

e) Tăng nhiệt lên mức trung bình cao và thêm dầu ô liu.

f) Nấu trong 18 phút , khuấy thường xuyên cho đến khi có màu vàng nâu.

g) Kết hợp các miếng thịt xông khói với các nguyên liệu còn lại của chảo .

h) Thêm một chút muối và hạt tiêu vào món ăn.

i) Xếp sáu chiếc ramekin hoặc một đĩa nướng lên một tấm lót giấy.

j) Chia đều hỗn hợp khoai tây-thịt xông khói vào các khuôn ramekin hoặc đổ toàn bộ hỗn hợp lên đĩa nướng. Nhẹ nhàng ấn khoai tây xuống bằng mặt sau của thìa.

k) Tạo một vết lõm nhỏ trên khoai tây bằng mặt sau của thìa, sau đó đập từng quả trứng vào khuôn ramekins hoặc rắc đều lên khoai tây trong đĩa nướng.

l) Nướng trong 15 phút hoặc cho đến khi trứng chín hẳn.

m) Xếp một lớp rau xanh lên trên đĩa.

BÁNH MỲ

31. Fola de Chaves

THÀNH PHẦN:

ĐỐI VỚI BỘT:

- 4 chén bột mì
- 10g muối
- 10g đường
- 7g men khô liền
- 250ml nước ấm
- 50ml dầu ô liu

ĐỐI VỚI ĐIỀN:

- 200g thịt giăm bông, thái hạt lựu
- 200g xúc xích hun khói, thái hạt lựu
- 150g thịt xông khói, thái hạt lựu
- 1 củ hành tây, thái nhỏ
- 2 tép tỏi, băm nhỏ
- 1 muỗng canh dầu ô liu
- Muối và hạt tiêu cho vừa ăn
- Rau mùi tây tươi, xắt nhỏ (tùy chọn)
- 4 quả trứng luộc chín (tùy chọn)

HƯỚNG DẪN:

a) Trong một tô trộn lớn, trộn bột mì, muối, đường và men khô tức thì.

b) Dần dần thêm nước ấm và dầu ô liu vào nguyên liệu khô trong khi trộn. Tiếp tục trộn cho đến khi tất cả các thành phần được kết hợp tốt và tạo thành bột.

c) Chuyển bột lên bề mặt đã rắc bột mì và nhào trong khoảng 10 phút cho đến khi bột mịn và đàn hồi.

d) Đặt bột trở lại tô trộn, dùng khăn bếp sạch hoặc màng bọc thực phẩm bọc lại và để bột nở ở nơi ấm áp trong khoảng 1 đến 2 giờ hoặc cho đến khi bột nở gấp đôi.

e) Trong khi bột đang nở thì chuẩn bị nhân. Trong chảo, đun nóng dầu ô liu trên lửa vừa. Thêm giăm bông thái hạt lựu, xúc xích hun khói, thịt xông khói, hành tây và tỏi. Xào cho đến khi các nguyên liệu chín và có màu nâu nhạt. Nêm muối và hạt tiêu cho vừa ăn. Hủy bỏ nhiệt và đặt sang một bên.

f) Sau khi bột đã nổi lên, hãy đấm bột xuống để thoát khí và chuyển bột sang bề mặt đã rắc bột mì.

g) Cán bột thành hình tròn lớn, dày khoảng 1cm.

h) Đặt phần nhân đã chuẩn bị vào giữa miếng bột, chừa đường viền xung quanh các cạnh.

i) Tùy chọn: Nếu sử dụng trứng luộc chín, hãy đặt chúng lên trên phần nhân.

j) Gấp các cạnh của bột lên trên phần nhân, kẹp và dán kín để tạo thành một ổ bánh tròn lớn.

k) Đặt Folar de Chaves lên khay nướng có lót giấy da.

l) Đậy bánh mì bằng khăn bếp sạch và để bột nở thêm 30 phút nữa.

m) Làm nóng lò nướng của bạn ở nhiệt độ 180°C (350°F).

n) Sau khi bánh đã nở, hãy nướng bánh trong lò đã làm nóng trước khoảng 40 đến 50 phút hoặc cho đến khi mặt ngoài có màu nâu vàng và khi gõ vào đáy bánh sẽ thấy rỗng.

o) Lấy Folar de Chaves ra khỏi lò và để nguội trên giá lưới trước khi cắt và phục vụ.

32. Hornazo

THÀNH PHẦN:

- 5 chén bột mì
- 3 muỗng cà phê men khô
- 1 thìa cà phê muối
- 125 ml bơ, cắt hạt lựu
- 440ml nước
- 1 quả trứng, đánh nhẹ
- 1 lòng đỏ trứng đánh bông với 2 thìa nước, đánh đều

ĐỔ ĐẦY

- 200 g thịt xông khói, gọt vỏ và cắt nhỏ
- 350 g chorizo, cắt thành lát dày 1 cm
- 3 quả trứng luộc chín, cắt làm tư

HƯỚNG DẪN:

a) Trộn bột mì, men và muối vào tô lớn. Đun chảy bơ trong chảo nhỏ trên lửa vừa. Thêm nước và đun nóng cho đến khi ấm. Thêm trứng đã đánh vào các nguyên liệu khô rồi dùng thìa gỗ rồi dùng tay trộn đều thành khối bột mềm.

b) Đổ ra một bề mặt có phủ bột mì nhẹ và nhào trong 10 phút hoặc cho đến khi mịn và đàn hồi.

c) Thoa nhẹ một ít dầu vào một tô lớn sạch, cho bột vào và lăn để phủ dầu lên bột. Dùng màng bọc thực phẩm bọc lại và để ở nơi ấm áp, không có gió lùa trong 1 giờ hoặc cho đến khi nở gấp đôi.

d) Trong khi đó, làm nóng dầu trong chảo rán và nấu thịt xông khói trên lửa vừa cao cho đến khi bắt đầu giòn. Dùng thìa có rãnh để chuyển vào tô. Thêm chorizo và nấu trên lửa vừa cao cho đến khi vàng. Chuyển chorizo vào tô cùng với thịt xông khói.

e) Khi đã sẵn sàng, dùng nắm tay đấm vào giữa miếng bột và úp lên một bề mặt đã rắc bột mì. Nhào trong 2-3 phút hoặc cho đến khi mịn. Dùng tay vỗ bột thành hình chữ nhật có kích thước khoảng 20 x 50 cm với cạnh dài gần bạn nhất. Dùng chổi quét một ít nước lên mép ngoài của bột. Trải khoảng một nửa hỗn hợp giăm bông, xúc xích và số trứng làm tư lên 1/3 giữa của miếng bột.

f) Gấp một phần ba bên phải của miếng bột lên trên phần nhân để phủ kín. Phủ giăm bông, chorizo và trứng còn lại lên trên. Gấp 1/3 phần bột còn lại lên trên để phủ phần nhân và ấn các mép lại với nhau để bịt kín.

g) Lót một khay nướng lớn bằng giấy nướng và chuyển ổ bánh vào khay. Che lại bằng một chiếc khăn trà hơi ẩm và đặt ở nơi ấm áp, không có gió lùa trong 30 phút hoặc cho đến khi kích thước tăng gấp đôi.

h) Làm nóng lò ở nhiệt độ 200°C.

i) Khi đã chín, dùng dao thật sắc rạch chéo phần trên của ổ bánh 4-5 lần. Quét hỗn hợp nước rửa trứng lên để tráng men và nướng trong 35 phút hoặc cho đến khi chín hoàn toàn và phát ra âm thanh rỗng khi gõ vào đế. Chuyển đến một dây rack để nguội. Phục vụ ấm hoặc ở nhiệt độ phòng cắt thành lát dày.

33.khoai tây croqueta

THÀNH PHẦN:

- 4 quả trứng
- 2 thìa sữa
- 2 muỗng canh muối
- 3 chén khoai tây luộc và nghiền
- 4 lát thịt xông khói
- 1 muỗng canh bơ, tan chảy
- 1/2 chén phô mai bào (như cheddar hoặc Gouda)
- 1/4 chén thịt xông khói thái nhỏ
- 2 muỗng canh rau mùi tây xắt nhỏ
- 1 cốc bột mì đa dụng

HƯỚNG DẪN:

a) Trong một tô trộn, đánh đều 2 quả trứng, sữa và muối.

b) Thêm khoai tây luộc và nghiền vào hỗn hợp trứng và trộn đều cho đến khi kết hợp hoàn toàn.

c) Nấu thịt xông khói trong chảo cho đến khi giòn. Tắt bếp, để ráo trên khăn giấy và vò thành từng miếng nhỏ.

d) Thêm thịt xông khói vụn vào hỗn hợp khoai tây, cùng với bơ tan chảy, phô mai bào, thịt xông khói cắt nhỏ và rau mùi tây cắt nhỏ. Trộn tất cả mọi thứ lại với nhau cho đến khi phân bố đều.

e) Nặn hỗn hợp thành những miếng bánh hình trụ nhỏ, có kích thước bằng lòng bàn tay.

f) Trong một cái đĩa nông, đặt bột mì. Trong một món ăn khác, đánh 2 quả trứng còn lại.

g) Nhúng từng chiếc bánh croquette vào trứng đã đánh bông rồi lăn qua bột mì, đảm bảo bột phủ đều xung quanh.

h) Đun nóng một lượng lớn bơ trong chảo lớn trên lửa vừa. Khi bơ đã tan chảy và có tiếng xèo xèo, hãy thêm từng mẻ bánh croquette đã tráng vào.

i) Nấu bánh croquette cho đến khi có màu vàng nâu ở tất cả các mặt, dùng thìa đảo nhẹ chúng.

j) Sau khi chín, chuyển bánh croquette sang đĩa có lót khăn giấy để ráo bớt dầu thừa.

k) Ăn nóng bánh khoai tây như một món khai vị hoặc món ăn phụ thơm ngon. Bạn có thể thưởng thức chúng một mình hoặc với nước chấm tùy thích.

34. bánh tarte flambée

THÀNH PHẦN:

- 1 pound (450g) bột bánh pizza hoặc bột bánh pizza mua ở cửa hàng
- 1 cốc (240ml) crème fraîche hoặc kem chua
- 2 củ hành vừa, thái lát mỏng
- 6 ounce (170g) thịt xông khói, thái lát mỏng
- Muối và hạt tiêu cho vừa ăn
- Lớp phủ tùy chọn: phô mai Gruyère hoặc Emmental bào, các loại thảo mộc tươi (như hẹ hoặc rau mùi tây)

HƯỚNG DẪN:

a) Làm nóng lò nướng của bạn ở mức nhiệt độ cao nhất (thường là khoảng 500°F/260°C).

b) Cán bột bánh pizza trên bề mặt đã rắc bột mì cho đến khi thật mỏng. Bạn có thể định hình nó thành hình chữ nhật hoặc bất kỳ hình dạng nào bạn muốn.

c) Chuyển bột đã cán mỏng lên khay nướng hoặc đá pizza có lót giấy da.

d) Trải đều kem chua hoặc kem chua lên bột, để lại một đường viền nhỏ xung quanh các cạnh.

e) Xếp hành tây thái lát mỏng và thịt xông khói lên trên lớp kem. Bạn cũng có thể rắc một ít phô mai bào lên trên nếu muốn.

f) Nêm muối và hạt tiêu cho vừa ăn.

g) Đặt khay nướng hoặc đá pizza vào lò đã làm nóng trước và nướng trong khoảng 10-15 phút hoặc cho đến khi vỏ bánh có màu nâu vàng và giòn, lớp trên cùng chín và hơi caramen.

h) Lấy ra khỏi lò và để nguội trong vài phút. Tùy chọn, trang trí với các loại thảo mộc tươi trước khi phục vụ.

i) Cắt thành từng lát hình chữ nhật và thưởng thức bánh tarte flambée tự làm của bạn!

35.Bánh mì xoắn cà chua và thịt xông khói

THÀNH PHẦN:

- 2 thìa cà chua phơi nắng cắt nhỏ
- ½ chén bột mì đa dụng
- ¼ chén bột mì nguyên cám
- 1 muỗng cà phê bột nở ít natri
- ¼ thìa cà phê ớt đỏ
- ⅛ muỗng cà phê kem tartar
- 2½ muỗng canh bơ không muối
- 2 lát thịt xông khói gà tây, nấu chín và cắt nhỏ
- ¼ cốc sữa không béo
- 2 muỗng canh phô mai Parmesan bào

HƯỚNG DẪN

a) Trong một bát nhỏ, đổ nước nóng vào cà chua đã phơi nắng và để yên trong 5 phút để hoàn nguyên cà chua. Xả, loại bỏ chất lỏng ngâm.

b) Trong máy xay thực phẩm, trộn bột mì, bột nở, ớt đỏ và kem tartar. Thêm bơ và xay cho đến khi hỗn hợp giống như một bữa ăn thô. Chuyển hỗn hợp vào tô trộn vừa.

c) Khuấy thịt xông khói và cà chua. Thêm sữa và khuấy đều cho đến khi bột quyện lại với nhau.

d) Đổ bột ra một mặt phẳng đã rắc chút bột mì và nhào nhiều lần cho đến khi bột mịn. Đổ bột thành hình vuông 4 x 4 inch.

e) Cắt hình vuông thành 4 dải bằng nhau rồi chia đôi mỗi dải theo chiều ngang. Xoắn từng dải và đặt nó lên một tấm nướng lớn.

f) Xịt dung dịch xịt nấu ăn lên các vòng xoắn bánh mì, rắc phô mai rồi nướng trong lò cho đến khi có màu nâu vàng nhạt, khoảng 10 phút. Phục vụ ngay lập tức.

BÁNH MÁNH MẠNH VÀ BÁNH GÓI

36.Bánh mì ăn sáng Cheddar & Thịt xông khói

THÀNH PHẦN:

- 3 quả trứng, đánh đập
- ¼ cốc sữa
- 2 muỗng canh bơ
- 8 lát bánh mì dày
- 12 lát phô mai Cheddar
- ½ muỗng canh quả óc chó cắt nhỏ
- 4 lát thịt xông khói, nấu chín giòn và cắt vụn

HƯỚNG DẪN:

a) Trong một tô lớn, đánh trứng và sữa với nhau; để qua một bên. Chuẩn bị một vỉ nướng hoặc chảo lớn bằng cách đun chảy bơ ở nhiệt độ thấp.

b) Chỉ nhúng một mặt của 4 lát bánh mì vào hỗn hợp trứng. Đặt 4 lát bánh mì đã tráng mặt úp xuống trên vỉ nướng hoặc chảo.

c) Trên mỗi lát bánh mì có 3 lát phô mai. Rắc phô mai với lượng quả óc chó và thịt xông khói bằng nhau.

d) Chỉ nhúng một mặt của 4 lát bánh mì còn lại vào hỗn hợp trứng rồi đặt lên quả óc chó và thịt xông khói, tráng mặt lên trên.

e) Nướng 5 phút mỗi mặt hoặc cho đến khi bánh mì vàng và phô mai tan chảy.

37. Burritos ăn sáng Bisquick

THÀNH PHẦN:

- 2 cốc hỗn hợp Bisquick
- 1 cốc sữa
- 6 quả trứng bác
- 1 chén thịt xông khói hoặc xúc xích nấu chín, vụn
- 1 chén phô mai cheddar cắt nhỏ
- ¼ chén hành tây thái hạt lựu
- Muối và hạt tiêu cho vừa ăn
- Bánh bột mì

HƯỚNG DẪN:

a) Trong một bát trộn, trộn hỗn hợp Bisquick và sữa để làm bánh ngô burrito. Làm theo hướng dẫn trên hộp Bisquick.

b) Nấu trứng bác trong chảo và nêm muối và hạt tiêu.

c) Xếp bánh burritos bằng cách đặt một thìa trứng bác, thịt xông khói hoặc xúc xích vụn, pho mát cắt nhỏ và hành tây thái hạt lựu lên mỗi chiếc bánh tortilla.

d) Cuộn bánh ngô lại, nhét vào hai bên khi bạn thực hiện.

e) Phục vụ bánh burritos ngay lập tức hoặc bọc chúng trong giấy bạc để dùng bữa sáng mang đi.

38.Sandwich bánh mì tròn nhanh

THÀNH PHẦN:

- 1/4 chén hành tây thái nhỏ
- 1 thìa bơ
- 4 quả trứng
- 1/4 cốc cà chua xắt nhỏ
- 1/8 thìa cà phê muối
- 1/8 thìa cà phê sốt ớt cay
- 4 lát thịt xông khói Jones Canada
- 4 bánh mì tròn, chia đôi
- 4 lát phô mai Mỹ đã qua chế biến

HƯỚNG DẪN:

a) Xào hành tây trong chảo lớn với bơ cho đến khi mềm. Trộn sốt tiêu, muối, cà chua và trứng. Chuyển hỗn hợp trứng vào chảo. (Hỗn hợp nên được đặt ở các cạnh ngay lập tức.)

b) Trong khi trứng chín, hãy để phần chưa chín chảy xuống bên dưới bằng cách đẩy các cạnh đã chín về phía giữa. Nấu cho đến khi trứng chín. Trong khi đó, cho thịt xông khói vào lò vi sóng và nướng bánh mì tròn nếu muốn.

c) Lớp phô mai trên đáy bánh mì tròn. Cắt trứng tráng thành bốn phần.

d) Ăn kèm với thịt xông khói trên bánh mì tròn.

39.khô và bọc thịt xông khói

THÀNH PHẦN:

- 1 bánh tortilla lớn
- 2 quả trứng
- 2 lát thịt xông khói, nấu chín và cắt nhỏ
- 2 muỗng canh cà chua phơi nắng cắt nhỏ
- ¼ chén phô mai cheddar cắt nhỏ
- Muối và hạt tiêu cho vừa ăn

HƯỚNG DẪN

a) Đánh trứng với muối và hạt tiêu trong tô.

b) Đun nóng chảo chống dính trên lửa vừa.

c) Đổ trứng vào chảo và nấu cho đến khi chín.

d) Thêm thịt xông khói và cà chua khô vào chảo và khuấy đều.

e) Đặt bánh tortilla lên đĩa và rắc phô mai lên trên.

f) Đổ hỗn hợp trứng lên trên phô mai.

g) Gấp phần dưới của bánh tortilla lên trên phần nhân, sau đó gấp hai bên và cuộn màng bọc lại.

40. Bánh mì trứng và thịt xông khói tráng men Whiskey

THÀNH PHẦN:

- 4 lát thịt xông khói
- 2 quả trứng
- 2 bánh nướng xốp kiểu Anh, chia đôi và nướng
- ¼ cốc rượu whisky của Jack Daniel
- 2 muỗng canh đường nâu
- Muối và hạt tiêu cho vừa ăn

HƯỚNG DẪN

a) Trong chảo trên lửa vừa cao, nấu thịt xông khói cho đến khi giòn.

b) Trong một chảo khác trên lửa vừa cao, nấu trứng theo ý thích của bạn.

c) Trong một tô trộn, trộn rượu whisky Jack Daniel's và đường nâu.

d) Nhúng từng lát thịt xông khói vào hỗn hợp rượu whisky, phủ cả hai mặt.

e) Xếp bánh mì sandwich bằng cách đặt một lát thịt xông khói phủ rượu whisky và một quả trứng nấu chín lên mỗi nửa chiếc bánh nướng xốp kiểu Anh nướng.

f) Nêm muối và hạt tiêu cho vừa ăn.

g) Ăn nóng.

41.PB&J và bánh mì kẹp thịt xông khói

THÀNH PHẦN:

- 2 lát bánh mì
- 2 muỗng canh bơ đậu phộng
- 2 muỗng canh thạch hoặc mứt
- 2 dải thịt xông khói, nấu chín

HƯỚNG DẪN

a) Phết bơ đậu phộng lên một lát bánh mì.

b) Phết thạch hoặc mứt lên lát bánh mì còn lại.

c) Đặt hai dải thịt xông khói lên trên bơ đậu phộng trên một trong các lát bánh mì.

d) Đặt hai lát bánh mì lại với nhau, sao cho mặt bơ đậu phộng và thạch hướng vào nhau.

e) Cắt làm đôi và phục vụ.

42. Burritos nướng xoài và thịt xông khói ăn sáng

THÀNH PHẦN:

- 2 quả xoài chín, gọt vỏ và thái hạt lựu
- 6 lát thịt xông khói
- 6 bánh bột mì
- 6 quả trứng
- ½ chén phô mai cheddar cắt nhỏ
- Muối và hạt tiêu cho vừa ăn
- Salsa để phục vụ

HƯỚNG DẪN

a) Làm nóng lò nướng ở mức lửa vừa.
b) Nướng các lát thịt xông khói trong 2-3 phút mỗi mặt cho đến khi giòn rồi cắt thành từng miếng nhỏ.
c) Nướng xoài thái hạt lựu trong 2-3 phút mỗi mặt cho đến khi hơi caramen.
d) Trong chảo, đánh trứng và nêm muối và hạt tiêu.
e) Để gói bánh burritos, hãy cho trứng bác, xoài nướng và thịt xông khói cắt nhỏ vào bánh tortilla.
f) Rắc phô mai cheddar cắt nhỏ và gấp bánh tortilla thành bánh burrito.
g) Nướng bánh burritos trong 2-3 phút mỗi mặt cho đến khi có màu vàng nâu và đun nóng.
h) Ăn kèm với salsa ở bên cạnh.

43.Sandwich nướng đào và thịt xông khói ăn sáng

THÀNH PHẦN:

- 2 quả đào, cắt đôi và bỏ hạt
- 4 lát thịt xông khói
- 2 bánh nướng xốp kiểu Anh, chia đôi và nướng
- 2 quả trứng
- ½ cốc rau arugula
- Muối và hạt tiêu cho vừa ăn

HƯỚNG DẪN

a) Làm nóng lò nướng ở mức lửa vừa.

b) Nướng nửa quả đào trong 2-3 phút mỗi bên cho đến khi xuất hiện vết nướng.

c) Nướng các lát thịt xông khói trong 2-3 phút mỗi mặt cho đến khi giòn.

d) Trong chảo, chiên trứng đến mức độ chín mong muốn và nêm muối và hạt tiêu.

e) Để làm bánh sandwich, hãy đặt một nửa quả đào nướng và hai lát thịt xông khói lên một chiếc bánh nướng xốp kiểu Anh nướng.

f) Phủ một quả trứng rán và một ít rau arugula lên trên.

g) Phục vụ ngay lập tức.

LẠP XƯỞNG

44. Người Mỹ xúc xích thịt nai

THÀNH PHẦN:

- 4 pound thịt nai xay thô
- 1 pound thịt xông khói xay mịn
- 1 muỗng canh muối
- 1 muỗng canh cây xô thơm
- 1 thìa cà phê hạt tiêu
- 2 thìa đường
- 1 thìa cà phê rau mùi
- 1½ muỗng cà phê hạt mù tạt
- 6 tép tỏi ép
- 2 thìa tiêu đen
- 1 cốc nước lạnh

HƯỚNG DẪN:

a) Trộn đều tất cả nguyên liệu, trộn đều rồi nhồi vào vỏ lợn.

b) Để nấu, luộc, nướng hoặc chiên.

45.Xúc xích gan Đan Mạch

THÀNH PHẦN:

- 4 pound gan lợn xay mịn (luộc)
- 1 pound thịt xông khói xay mịn
- 2 chén hành băm
- 1½ cốc sữa
- 1½ cốc sữa đặc
- ½ chén bột khoai tây
- 6 quả trứng đánh tan
- 3 thìa cà phê tiêu đen
- 2 muỗng canh muối
- 1 thìa cà phê đinh hương xay
- 1 thìa cà phê hạt tiêu

HƯỚNG DẪN:

a) Làm nước sốt từ sữa và bột khoai tây rồi nấu cho đến khi đặc lại.
b) Kết hợp tất cả các thành phần.
c) Ngâm trong nước muối khoảng 20 phút.
d) Làm lạnh trong 24 giờ trước khi sử dụng.
e) Tách xúc xích và sử dụng như một món phết.

46.người Pháp cổ tử cung

THÀNH PHẦN:

- 4 pound thịt mông lợn xay vừa
- 1 pound thịt xông khói xay mịn
- 1 chén rau mùi tây xắt nhỏ
- ¼ chén hành lá và rau xanh xắt nhỏ
- 1½ muỗng canh muối
- 1 thìa cà phê húng tây
- 1 thìa cà phê húng quế
- 6 tép tỏi ép
- 1 chén rượu trắng khô

HƯỚNG DẪN:

a) Kết hợp tất cả các thành phần và thứ vào vỏ. Treo trong 3-4 ngày ở nơi mát mẻ.

b) Nấu xúc xích này trong nước luộc thịt bò trong ít nhất ba giờ với muối, tiêu đen, húng tây, húng quế, lá nguyệt quế, rau mùi tây và hành lá cắt nhỏ.

47.người Pháp Xúc xích gà

THÀNH PHẦN:

- 4 pound thịt gà trắng xay vừa
- 1 pound thịt xông khói xay vừa
- 1 pound gan gà nấu chín vừa
- 10 quả trứng vừa
- 1 muỗng canh muối
- 1 thìa cà phê hạt nhục đậu khấu
- 1 thìa cà phê đinh hương xay
- 2 thìa cà phê tiêu trắng
- 1 cốc nước luộc gà
- 1 chén vụn bánh mì

HƯỚNG DẪN:

a) Kết hợp tất cả các thành phần, trộn đều và nhồi vào vỏ cừu.

b) Để nấu, nướng, nướng hoặc chiên trong bơ.

48. Xúc xích bò kiểu Pháp

THÀNH PHẦN:

- 4 pound thịt bò nạc
- 2 pound thịt xông khói nạc
- 2½ muỗng canh muối
- 3 thìa cà phê tiêu mới xay
- 4 tép tỏi ép
- 2 muỗng canh ớt, xắt nhỏ
- 1 ly nước

HƯỚNG DẪN:

a) Xay thịt bò bằng máy xay mịn cùng với thịt xông khói.

b) Trộn đều với các nguyên liệu khác rồi nhồi vào vỏ cừu.

c) Bạn có thể buộc nó cách nhau 4–6 inch.

d) Sấy khô trong lò ấm hoặc hun khói thật nhẹ.

e) Khi dùng, luộc trong nước sôi hoặc nước luộc thịt bò trong khoảng 10–12 phút.

49.người Pháp Cổ tử cung

THÀNH PHẦN:

- 3 pound thịt mông lợn xay vừa
- 1 pound thịt bò xay vừa
- 1 pound thịt xông khói xay mịn
- 2 muỗng canh muối
- 1 muỗng canh tiêu đen
- 8 tép tỏi ép
- 1 củ hành lớn, băm nhỏ
- 1 ly nước

HƯỚNG DẪN:

a) Trộn tất cả nguyên liệu lại với nhau, trộn đều rồi nhồi vào vỏ lợn.
b) Buộc mỗi 6 hoặc 10 inch. Nó có thể được hút thuốc nếu bạn thích.
c) Để nấu, đun nhỏ lửa trong nước nóng hoặc rượu vang đỏ.

50.tiếng Đức Metz

THÀNH PHẦN:

- 4 pound thịt bò xay mịn
- 1 pound thịt xông khói xay mịn
- 1 muỗng canh tiêu đen
- 1 thìa cà phê rau mùi đất
- 1 muỗng canh muối
- 1 cốc rượu vang Rhine

HƯỚNG DẪN:

a) Trộn tất cả nguyên liệu lại với nhau, trộn đều rồi nhồi vào vỏ lợn.
b) Buộc lại với chiều dài 6 inch.
c) Khói lạnh trong 24 giờ. Để nấu, chiên hoặc nướng.

MÓN CẮN VÀ MÓN KHAI THÁC

51.Chó phô mai bọc thịt xông khói

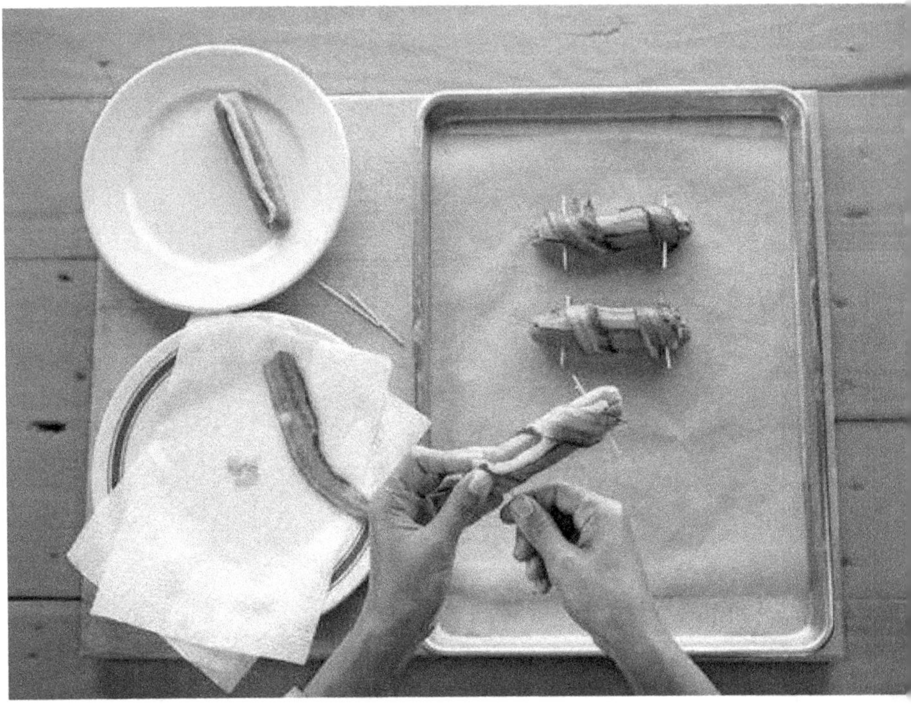

THÀNH PHẦN:

- 4 xúc xích
- 4 lát thịt xông khói
- 1 lát phô mai Mỹ
- 4 bánh mì xúc xích
- Mù tạc

HƯỚNG DẪN:

a) Đặt thịt xông khói lên giá lò vi sóng. Che lại bằng khăn giấy. Lò vi sóng ở mức Cao trong 3 phút rưỡi hoặc cho đến khi gần xong.

b) Bắt đầu cách cuối ½ inch, rạch từng chiếc xúc xích theo chiều dọc. Cắt phô mai thành 4 dải và đặt vào bánh xúc xích.

c) Quấn thịt xông khói quanh xúc xích và cố định bằng tăm. Xả hết dầu mỡ ra khỏi giá thịt xông khói. Đặt xúc xích lên giá.

d) Che lại bằng khăn giấy.

52.Thịt xông khói phô mai dê

THÀNH PHẦN:

- 6 lát thịt xông khói
- 4 ounce phô mai dê
- 4 ounce kem phô mai
- 2 muỗng canh húng tây hoặc húng quế cắt nhỏ chia
- ¼ thìa cà phê tiêu đen
- ¼ cốc hồ đào

HƯỚNG DẪN:

a) Chiên thịt xông khói trong chảo trên lửa vừa.

b) Gắp ra đĩa có lót giấy thấm dầu cho ráo nước.

c) Vỗ nhẹ các lát để loại bỏ dầu mỡ dư thừa.

d) Trong khi thịt xông khói đang nấu, cho phô mai dê, phô mai kem, 1 thìa rau thơm và hạt tiêu đen vào máy xay thực phẩm.

e) Đánh cho đến khi kem .

f) Đặt các quả bóng lên khay nướng có lót giấy da.

g) Cho vào ngăn đá tủ lạnh 20 phút cho cứng hơn một chút.

h) Làm sạch bộ xử lý thực phẩm. Nghiền nát thịt xông khói đã nguội, thìa rau thơm còn lại và quả hồ đào.

i) Đánh cho đến khi thật nhuyễn và vụn; nó sẽ ngon như máy chế biến thực phẩm của bạn sẽ làm được.

j) Lấy những viên phô mai ra khỏi tủ đông và lăn chúng vào hỗn hợp thịt xông khói, dùng ngón tay ấn vào nếu nó không dính ngay.

k) Đặt các quả bóng vào hộp đựng ở hai bên và để trong tủ lạnh cho đến khi dùng.

l) Phục vụ trên tăm hoặc với bánh quy giòn.

53.gà nướng

THÀNH PHẦN:

- 4 ức gà
- ½ chén nước sốt thịt nướng
- ¼ cốc phô mai cheddar
- 3 muỗng canh thịt xông khói

HƯỚNG DẪN:

a) Đặt ức gà vào đĩa vi sóng.
b) Đổ nước sốt lên trên.
c) Nấu trong lò vi sóng trong 5 phút.
d) Rắc phô mai cheddar và thịt xông khói.
e) Nấu trong lò vi sóng thêm 3 phút nữa.

54.Quả bóng Mozzarella bọc Prosciutto

THÀNH PHẦN:

- 8 quả Mozzarella, cỡ quả anh đào
- 4 ounce thịt xông khói, thái lát
- ¼ thìa cà phê tiêu đen xay
- ¾ muỗng cà phê hương thảo khô
- 1 thìa cà phê bơ (⅛ chất béo lành mạnh)

HƯỚNG DẪN:

a) Rắc thịt xông khói thái lát với hạt tiêu đen xay và hương thảo khô.

b) Bọc từng viên Mozzarella trong thịt xông khói thái lát và dùng tăm cố định chúng.

c) Làm tan chảy bơ.

d) Quét các quả bóng Mozzarella bằng bơ.

e) Lót khay nướng bằng giấy da và xếp các viên Mozzarella vào đó.

f) Nướng bữa ăn trong 10 phút ở 365F.

55.Thịt xông khói miếng bơ cắn

THÀNH PHẦN:

- 2 quả bơ lớn, gọt vỏ và bỏ hạt
- 8 lát thịt xông khói không đường
- ½ thìa cà phê muối tỏi

HƯỚNG DẪN:

a) Làm nóng lò ở nhiệt độ 425°F. Lót một tờ bánh quy bằng giấy da.

b) Cắt mỗi quả bơ thành 8 lát có kích thước bằng nhau, tổng cộng là 16 lát.

c) Cắt mỗi miếng thịt xông khói làm đôi. Quấn nửa lát thịt xông khói quanh mỗi miếng bơ. Rắc muối tỏi.

d) Đặt quả bơ lên khay nướng bánh và nướng trong 15 phút. Bật lò nướng và tiếp tục nướng thêm 2-3 phút nữa cho đến khi thịt xông khói trở nên giòn.

56. Thịt xông khói và hành lá cắn

THÀNH PHẦN:

- ⅓ chén bột hạnh nhân
- 1 muỗng canh bơ không muối, tan chảy
- 1 (8 ounce) gói kem phô mai, làm mềm
- 1 muỗng canh mỡ thịt xông khói
- 1 trứng lớn
- 4 lát thịt xông khói không đường, nấu chín, để nguội và cắt vụn
- 1 củ hành xanh lớn, chỉ có ngọn, thái lát mỏng
- 1 tép tỏi, băm nhỏ
- ⅛ muỗng cà phê tiêu đen

HƯỚNG DẪN:

a) Làm nóng lò ở nhiệt độ 325°F.

b) Trong một tô trộn nhỏ, trộn bột hạnh nhân và bơ.

c) Xếp 6 cốc khuôn làm bánh nướng xốp có kích thước tiêu chuẩn với lớp lót bánh nướng nhỏ. Tương tự, chia hỗn hợp bột hạnh nhân vào các cốc và ấn nhẹ vào đáy bằng mặt sau của một thìa cà phê. Nướng trong lò khoảng 10 phút thì lấy ra.

d) Trong khi nướng vỏ bánh, trộn kỹ phô mai kem và mỡ thịt xông khói trong một tô trộn vừa bằng máy trộn cầm tay. Thêm trứng và trộn cho đến khi kết hợp.

e) Dùng thìa trộn thịt xông khói, hành tây, tỏi và hạt tiêu vào hỗn hợp phô mai kem.

f) Chia hỗn hợp vào các cốc, cho vào lò nướng và nướng thêm 30–35 phút nữa cho đến khi phô mai đông lại. Các cạnh có thể hơi nâu. Để kiểm tra độ chín của bánh, hãy cắm một cây tăm vào giữa bánh. Nếu bánh sạch nghĩa là bánh pho mát đã chín.

g) Để nguội trong 5 phút và phục vụ.

57. Thịt gà bọc thịt xông khói

THÀNH PHẦN:

- ¾ pound ức gà không xương, không da, cắt thành khối 1"
- ½ muỗng cà phê muối
- ½ muỗng cà phê tiêu đen
- 5 lát thịt xông khói không đường

HƯỚNG DẪN:

a) Làm nóng lò ở nhiệt độ 375°F.

b) Ướp gà với muối và hạt tiêu.

c) Cắt mỗi lát thịt xông khói thành 3 miếng và bọc từng miếng thịt gà trong một miếng thịt xông khói. Cố định bằng tăm.

d) Đặt gà đã gói lên giá nướng thịt và nướng trong 30 phút, lật mặt khi nấu được nửa chừng. Bật lò nướng và nướng trong 3–4 phút hoặc cho đến khi thịt xông khói giòn.

58. Thịt xông khói hàu cắn

THÀNH PHẦN:

- 8 lát Thịt xông khói
- ½ cốc Nhồi gia vị thảo mộc
- 1 lon (5 oz) hàu; băm nhỏ
- ¼ cốc Nước

HƯỚNG DẪN:

a) Làm nóng lò ở mức 350ø. Cắt lát thịt xông khói làm đôi và nấu nhẹ. KHÔNG NẤU QUÁ.

b) Thịt xông khói phải đủ mềm để dễ dàng lăn quanh các quả bóng. Kết hợp nhồi, hàu và nước.

c) Viên thành những viên tròn vừa ăn, khoảng 16 viên.

d) Bọc quả bóng trong thịt xông khói. Nướng ở 350ø trong 25 phút. Phục vụ ấm áp.

59.Quả bóng jalapeño thịt xông khói

THÀNH PHẦN:

- 5 lát thịt xông khói không đường, nấu chín, để dành mỡ
- ¼ cốc cộng với 2 thìa canh (3 ounce) kem phô mai
- 2 muỗng canh mỡ thịt xông khói dành riêng
- 1 muỗng cà phê hạt tiêu jalapeño thái nhỏ và hạt
- 1 muỗng canh rau mùi thái nhỏ

HƯỚNG DẪN:

a) Trên thớt, cắt thịt xông khói thành những mẩu vụn nhỏ.

b) Trong một bát nhỏ, trộn kem phô mai, mỡ thịt xông khói, ớt jalapeño và ngò; trộn đều bằng nĩa.

c) Tạo thành hỗn hợp thành 6 quả bóng.

d) Đặt vụn thịt xông khói lên một đĩa vừa và lăn từng viên từng viên để phủ đều.

e) Phục vụ ngay lập tức hoặc để lạnh trong tối đa 3 ngày.

60. Bánh pancake thịt xông khói

THÀNH PHẦN:

- 5 lát thịt xông khói không thêm đường, nấu chín
- 4 ounce (½ cốc) phô mai kem
- ½ thìa cà phê hương phong
- ¼ thìa cà phê muối
- 3 muỗng canh hồ đào nghiền

HƯỚNG DẪN:

a) Trên thớt, cắt thịt xông khói thành những mẩu vụn nhỏ.

b) Trong một bát nhỏ, kết hợp phô mai kem và vụn thịt xông khói với hương vị phong và muối; trộn đều bằng nĩa.

c) Tạo thành hỗn hợp thành 6 quả bóng.

d) Đặt những quả hồ đào đã nghiền nát lên một đĩa vừa và lăn từng viên từng quả qua để phủ đều.

e) Phục vụ ngay lập tức hoặc để lạnh trong tối đa 3 ngày.

61.Thịt lợn b tất cả

THÀNH PHẦN:

- 8 lát thịt xông khói không đường
- 8 ounce Braunschweiger ở nhiệt độ phòng
- ¼ chén quả hồ trăn xắt nhỏ
- 6 ounce (¾ cốc) phô mai kem, làm mềm ở nhiệt độ phòng
- 1 thìa cà phê mù tạt Dijon

HƯỚNG DẪN:

a) Nấu thịt xông khói trong chảo vừa trên lửa vừa cho đến khi giòn, 5 phút mỗi mặt. Xả trên khăn giấy và để nguội. Sau khi nguội, vỡ thành từng miếng cỡ miếng thịt xông khói.

b) Đặt Braunschweiger với quả hồ trăn vào máy xay thực phẩm nhỏ và xay cho đến khi vừa kết hợp.

c) Trong một bát trộn nhỏ, sử dụng máy xay cầm tay để đánh kem phô mai và mù tạt Dijon cho đến khi hòa quyện và bông xốp.

d) Chia hỗn hợp thịt thành 12 phần bằng nhau. Cuộn thành những quả bóng và phủ một lớp mỏng hỗn hợp kem phô mai.

e) Thư giãn ít nhất 1 giờ. Khi đã sẵn sàng phục vụ, đặt các miếng thịt xông khói lên một đĩa vừa, lăn từng viên qua để phủ đều và thưởng thức.

62.bánh canape Rumaki

THÀNH PHẦN:

- ½ cốc Nước
- 1 muỗng cà phê Thịt gà
- 250 gram gan gà
- 1 muỗng canh Shoyu
- ½ thìa cà phê Bột hành, mù tạt khô
- ¼ thìa cà phê hạt nhục đậu khấu
- ¼ cốc Sherry khô
- 1 chút sốt tiêu
- 220 gram hạt dẻ nước
- 6 Thịt xông khói

HƯỚNG DẪN:

a) Trong nồi 1 lít, kết hợp nước, nước dùng và gan. Nấu ở nhiệt độ cao trong 4-5 phút cho đến khi không còn màu hồng. Làm khô hạn.

b) Nấu thịt xông khói trên khăn giấy ở nhiệt độ cao trong 5-6 phút cho đến khi giòn. Sụp đổ và đặt sang một bên.

c) Cho gan, nước tương, hành tây và mù tạt, nhục đậu khấu và rượu sherry vào máy xay thực phẩm. Xay đến khi mịn. Thêm nước sốt tiêu một cách tiết kiệm. Khuấy hạt dẻ nước và thịt xông khói.

d) Trải dày trên bánh mì nướng hình tam giác hoặc bánh quy giòn. Chuẩn bị trước và hâm nóng lại bằng cách xếp lên đĩa có lót giấy. Sử dụng công suất cao trung bình trong 1-2 phút cho đến khi nóng hoàn toàn.

e) Trang trí với một lát ô liu hoặc pimento.

63.Ly ham'n' cheddar

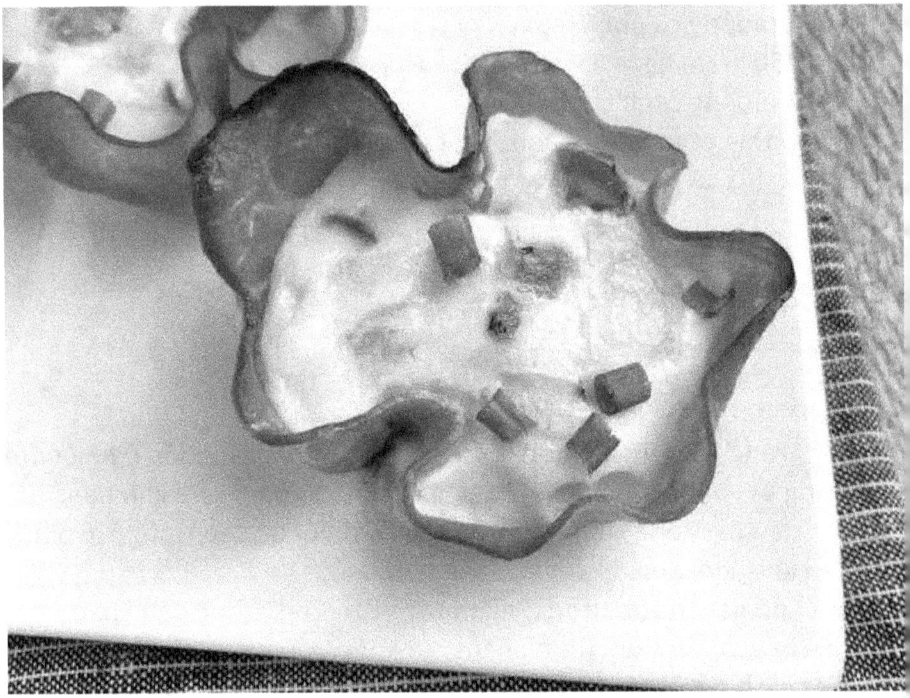

THÀNH PHẦN:

- 2 tách bột mì đa dụng
- ¼ cốc Đường
- 2 thìa cà phê Bột nở
- 1 muỗng cà phê Muối
- ¼ thìa cà phê Hạt tiêu
- 6 quả trứng
- 1 cái ly Sữa
- ½ pound giăm bông nấu chín hoàn toàn; hình khối
- ½ pound phô mai Cheddar; thái hạt lựu hoặc cắt nhỏ
- ½ pound thịt xông khói thái lát; nấu chín và vỡ vụn
- 1 cái nhỏ Củ hành; Thái nhỏ

HƯỚNG DẪN:

a) Trong một bát, trộn bột mì, đường, bột nở, muối và hạt tiêu. Đánh trứng và sữa; khuấy đều các nguyên liệu khô cho đến khi trộn đều. Khuấy giăm bông, phô mai, thịt xông khói và hành tây.

b) Đổ đầy 3/4 cốc bánh muffin đã phết dầu mỡ.

c) Nướng ở 350° trong 45 phút . Để nguội trong 10 phút trước khi lấy ra giá lưới.

64.Ngày tháng gói thịt xông khói Whiskey

THÀNH PHẦN:

- 16 quả chà là Medjool
- 8 lát thịt xông khói, cắt làm đôi
- ¼ cốc rượu whisky
- 1 muỗng canh si-rô phong

HƯỚNG DẪN:

a) Làm nóng lò ở nhiệt độ 375°F (190°C).

b) Hố chà là bằng cách cắt một khe nhỏ trên mỗi quả chà là và loại bỏ hố.

c) Trong một cái bát nhỏ, trộn đều rượu whisky và xi-rô cây thích.

d) Bọc mỗi quả chà là bằng một nửa lát thịt xông khói, dùng tăm cố định lại.

e) Đặt chà là đã bọc thịt xông khói lên khay nướng có lót giấy da.

f) Phủ lớp men whisky-maple lên trên chà là.

g) Nướng trong 15-20 phút, cho đến khi thịt xông khói giòn và chà là có màu caramen.

65. Gà bọc thịt xông khói sốt Bourbon

THÀNH PHẦN:

- 3 nửa ức gà, phết bơ
- 2 tép tỏi, giảm một nửa
- Muối biển và tiêu đen xay, vừa ăn
- 1 thìa cà phê ớt cayenne
- 1 muỗng cà phê mảnh mùi tây khô
- 1 muỗng cà phê bột mù tạt
- ¼ thìa cà phê hạt tiêu xay
- 6 lát thịt xông khói
- ½ chén sốt BBQ
- 2 thìa Jack Daniel's

HƯỚNG DẪN:

a) Thêm 1 ½ cốc nước và một chiếc đinh ba bằng kim loại vào Instant Pot.

b) Sau đó, chà ức gà với tỏi. Rắc gia vị lên gà.

c) Sau đó, bọc từng miếng ức gà thành 2 lát thịt xông khói; cố định bằng tăm. Hạ miếng gà đã bọc vào trên giá kim loại.

d) Đậy chặt nắp. Chọn cài đặt "Gia cầm" và nấu trong 15 phút ở áp suất cao. Sau khi nấu xong, hãy sử dụng chức năng xả áp suất tự nhiên; cẩn thận tháo nắp.

e) Sau đó, nướng gà với Sốt BBQ và Jack Daniel's; nướng trong lò của bạn trong 15 phút. Chúc ngon miệng!

66. Tôm bọc thịt xông khói của Jack Daniel

THÀNH PHẦN:

- 16 con tôm lớn, bóc vỏ và bỏ chỉ
- 8 lát thịt xông khói, cắt làm đôi
- ¼ cốc rượu whisky của Jack Daniel
- ¼ chén đường nâu
- 2 muỗng canh nước tương
- 2 muỗng canh mù tạt Dijon
- 2 tép tỏi, băm nhỏ
- Muối và hạt tiêu đen cho vừa ăn

HƯỚNG DẪN:

a) Trong một bát trộn, trộn rượu whisky Jack Daniel, đường nâu, nước tương, mù tạt Dijon, tỏi, muối và hạt tiêu đen.

b) Đặt tôm vào đĩa cạn và rưới nước xốt lên chúng.

c) Đậy đĩa và để lạnh ít nhất 30 phút.

d) Làm nóng lò ở nhiệt độ 400°F (200°C).

e) Lấy tôm ra khỏi nước ướp và loại bỏ nước ướp còn lại.

f) Bọc mỗi con tôm bằng nửa lát thịt xông khói và dùng tăm cố định lại.

g) Đặt tôm lên khay nướng và nướng trong lò khoảng 10-12 phút hoặc cho đến khi thịt xông khói giòn và tôm chín.

h) Ăn nóng.

67.Thịt gà xông khói Nachos

THÀNH PHẦN:

- 2 chén thịt gà xé nấu chín
- ½ cốc nước sốt trang trại
- 1 túi bánh tortilla
- 1 chén phô mai cheddar cắt nhỏ
- ¼ chén thịt xông khói vụn
- ¼ chén mùi tây tươi xắt nhỏ

HƯỚNG DẪN:

a) Làm nóng lò ở nhiệt độ 375°F.

b) Trong một cái bát, trộn thịt gà xé đã nấu chín với nước sốt trang trại.

c) Trên một tấm nướng bánh, trải các miếng bánh tortilla thành một lớp.

d) Rắc phô mai cheddar cắt nhỏ lên trên khoai tây chiên, sau đó phủ lên trên hỗn hợp nước sốt gà và trang trại.

e) Rắc thịt xông khói vụn lên trên.

f) Nướng trong vòng 10-15 phút hoặc cho đến khi phô mai tan chảy và sủi bọt.

g) Rắc mùi tây tươi xắt nhỏ lên trên.

68.Bữa sáng Nachos thịt xông khói

THÀNH PHẦN:

- 1 túi bánh tortilla
- 2 chén phô mai cheddar cắt nhỏ
- 4 quả trứng bác
- 4 lát thịt xông khói nấu chín, cắt nhỏ
- ½ cốc cà chua thái hạt lựu
- ¼ chén hành lá xắt nhỏ
- ¼ cốc kem chua

HƯỚNG DẪN:

a) Xếp các miếng bánh tortilla lên khay nướng và phủ phô mai cắt nhỏ, trứng bác, thịt xông khói cắt nhỏ, cà chua thái hạt lựu và hành lá lên trên.

b) Nướng trong vòng 10-15 phút hoặc cho đến khi phô mai tan chảy.

c) Phủ kem chua trước khi dùng.

69.Nachos da khoai tây nạp

THÀNH PHẦN:

- 4 củ khoai tây màu nâu đỏ
- 2 muỗng canh dầu ô liu
- 1 túi bánh tortilla
- 1 chén phô mai cheddar cắt nhỏ
- 1 cốc phô mai Monterey Jack cắt nhỏ
- 6 dải thịt xông khói nấu chín, vụn
- ¼ chén hành lá thái lát
- ¼ cốc kem chua

HƯỚNG DẪN:

a) Làm nóng lò ở nhiệt độ 375°F.

b) Rửa sạch và lau khô khoai tây, sau đó dùng nĩa đâm đều khắp khoai tây. Chà với dầu ô liu và đặt lên một tấm nướng bánh. Nướng trong 45-60 phút, hoặc cho đến khi mềm.

c) Cắt khoai tây làm đôi theo chiều dọc và nạo lấy phần thịt, để lại một lớp khoai tây mỏng trên vỏ.

d) Trên một tấm nướng bánh, trải các miếng bánh tortilla thành một lớp. Đặt vỏ khoai tây lên trên khoai tây chiên.

e) Rắc phô mai cắt nhỏ và thịt xông khói vụn lên vỏ khoai tây và khoai tây chiên.

f) Nướng trong vòng 10-15 phút hoặc cho đến khi phô mai tan chảy và sủi bọt.

g) Phủ hành lá thái lát và một ít kem chua lên trên.

70.Thịt xông khói mù tạt

THÀNH PHẦN:

- 7 lát thịt xông khói nạc
- ½ cốc nước
- ¼ cốc mù tạt kiểu Dijon
- 2 chén bột mì đa dụng
- ½ thìa muối
- 1 thìa bột nở
- 1 thìa cà phê tiêu trắng mới xay
- 6 thìa bơ lạnh; cắt thành 6 miếng

HƯỚNG DẪN:

a) Nấu thịt xông khói trong chảo lớn cho đến khi giòn. Đặt trên khăn giấy để ráo nước và để lại 2 thìa thịt xông khói. Thịt xông khói thái nhỏ.

b) Trong máy xay thực phẩm có gắn lưỡi kim loại, trộn nước, mù tạt và 2 thìa canh thịt xông khói. Xử lý cho đến khi vừa trộn.

c) Trong máy xay thực phẩm có lưỡi kim loại, trộn bột mì, muối, bột nở và hạt tiêu trắng. Quá trình kết hợp. Thêm bơ; xung cho đến khi hỗn hợp giống như một bữa ăn thô. Thêm hỗn hợp mù tạt và xung cho đến khi vừa trộn. Thêm thịt xông khói và đập một hoặc hai lần, vừa đủ để thịt xông khói hòa quyện.

d) Đặt hỗn hợp lên bề mặt làm việc có phủ một ít bột mì. Dùng cán bột cán bột, cán bột có độ dày ⅛ inch. Nhúng dao cắt tròn 2 inch vào bột và ấn vào bột. Đặt các viên tròn lên 2 tấm nướng không phết dầu mỡ. Thu thập các mảnh vụn và lăn ra và tiếp tục cắt ra càng nhiều vòng càng tốt.

e) Nướng trong lò làm nóng trước trong 10-12 phút hoặc cho đến khi vàng. Chuyển sang giá làm mát.

71.Bánh nướng xốp ăn sáng Mac và phô mai

THÀNH PHẦN:

- 2 chén mac và phô mai nấu chín
- 1 cốc vụn bánh mì panko
- ¼ chén phô mai Parmesan bào
- 2 quả trứng lớn
- ½ chén thịt xông khói nấu chín thái hạt lựu
- ¼ chén hành lá thái hạt lựu
- Muối và hạt tiêu cho vừa ăn

HƯỚNG DẪN:

a) Làm nóng lò nướng của bạn ở nhiệt độ 375°F (190°C) và bôi mỡ vào khuôn làm bánh muffin hoặc lót giấy lót vào khuôn.

b) Trong một tô lớn, trộn mac và phô mai đã nấu chín, vụn bánh mì panko, phô mai Parmesan bào, trứng, thịt xông khói thái hạt lựu, hành lá thái hạt lựu, muối và tiêu. Trộn cho đến khi kết hợp tốt.

c) 3. Múc hỗn hợp vào khuôn muffin đã chuẩn bị sẵn, đổ đầy khoảng ¾ cốc.

d) Nướng trong khoảng 20-25 phút hoặc cho đến khi bánh nướng xốp có màu nâu vàng và chín.

e) Lấy chúng ra khỏi lò và để nguội trong vài phút trước khi lấy chúng ra khỏi khuôn làm bánh muffin.

f) Phục vụ bữa sáng bánh nướng xốp mac và phô mai còn ấm và thưởng thức chúng như một lựa chọn bữa sáng di động.

NHÚNG

72.Nước chấm tỏi và thịt xông khói

THÀNH PHẦN:

- 8 lát thịt xông khói không đường
- 2 chén rau bina xắt nhỏ
- 1 (8 ounce) gói kem phô mai, làm mềm
- ¼ cốc kem chua đầy đủ chất béo
- ¼ cốc sữa chua Hy Lạp nguyên chất đầy đủ chất béo
- 2 muỗng canh mùi tây tươi xắt nhỏ
- 1 thìa nước cốt chanh
- 6 tép tỏi nướng, nghiền nhuyễn
- 1 thìa cà phê muối
- ½ muỗng cà phê tiêu đen
- ½ cốc phô mai Parmesan bào

HƯỚNG DẪN:

a) Làm nóng trước lò vi sóng ĐẾN 350°F.

b) Đầu bếp thịt xông khói TRONG Một trung bình chảo rán qua trung bình nhiệt cho đến khi giòn. Di dời thịt xông khói từ các chảo Và bộ qua một bên TRÊN Một đĩa lót với giấy khăn tắm.

c) Thêm vào rau chân vịt ĐẾN các nóng chảo Và đầu bếp cho đến khi héo. Di dời từ nhiệt Và bộ qua một bên.

d) ĐẾN Một trung bình cái bát, thêm vào kem phô mai, chua kem, Sữa chua, mùi tây, chanh vàng nước ép, tỏi, muối, Và hạt tiêu Và tiết tấu với Một cầm tay máy trộn cho đến khi kết hợp.

e) đại khái chặt thịt xông khói Và khuấy động vào trong kem phô mai hỗn hợp. Khuấy TRONG rau chân vịt Và Parmesan phô mai.

f) Chuyển khoản ĐẾN MỘT số 8" × số 8" nướng bánh chảo Và nướng vì 30 phút hoặc cho đến khi nóng Và sủi bọt.

73.Tôm sốt phô mai cay

THÀNH PHẦN:

- 2 lát thịt xông khói không thêm đường
- 2 củ hành vàng vừa, bóc vỏ và thái hạt lựu
- 2 tép tỏi, băm nhỏ
- 1 chén tôm bỏng ngô (không phải loại tẩm bột), nấu chín
- 1 quả cà chua vừa, thái hạt lựu
- 3 chén phô mai Monterey jack cắt nhỏ
- ¼ muỗng cà phê Nước sốt nóng đỏ của Frank
- ¼ thìa cà phê ớt cayenne
- ¼ thìa cà phê tiêu đen

HƯỚNG DẪN:

a) Đầu bếp các thịt xông khói TRONG Một trung bình chảo rán qua trung bình nhiệt cho đến khi sắc nét, Về 5–10 phút. Giữ dầu mỡ TRONG các chảo. Đặt nằm các thịt xông khói TRÊN Một giấy cái khăn lau ĐẾN mát mẻ. Khi mát mẻ, bể nát ra các thịt xông khói với của bạn ngón tay.
b) Thêm vào các củ hành Và tỏi ĐẾN các thịt xông khói nhỏ giọt TRONG các chảo rán Và áp chảo qua vừa-thấp nhiệt cho đến khi họ là mềm mại Và thơm, Về 10 phút.
c) Kết hợp tất cả thành phần TRONG Một chậm nồi cơm điện; khuấy động Tốt. Đầu bếp đề cập TRÊN thấp cài đặt vì 1–2 giờ hoặc cho đến khi phô mai là đầy đủ tan chảy.

74.Gạch phô mai nhúng

THÀNH PHẦN:

- 3 ounce ricotta phô mai
- 3 ounce mới nạo gạch phô mai
- 3 Thìa canh tươi xạ hương lá
- 6 ounce dê phô mai
- 1 **OUNCE** parmesan cứng phô mai, tươi nạo
- 4 dải cắt dày thịt xông khói, nấu chín Và vỡ vụn
- Muối Và hạt tiêu, ĐẾN nếm

HƯỚNG DẪN:

a) Chuẩn bị các lò vi sóng vì nướng.

b) Kết hợp tất cả của thành phần TRONG Một nướng bánh món ăn.

c) rắc các Parmesan phô mai qua các món ăn.

d) Nướng TRONG Một làm nóng trước lò vi sóng vì 5 phút, hoặc cho đến khi các phô mai bắt đầu ĐẾN màu nâu Và bong bóng.

e) Di dời từ các lò vi sóng Và phục vụ ngay lập tức.

NGUỒN CHÍNH

75.Gnocchi với sốt phô mai và thịt xông khói

THÀNH PHẦN:

- 1 cốc Gnocchi
- 4 lát thịt xông khói, nấu chín và cắt nhỏ
- ¼ chén phô mai Parmesan bào
- ¼ chén phô mai cheddar cắt nhỏ
- ¼ cốc kem đặc
- Muối và hạt tiêu cho vừa ăn
- Rau mùi tây tươi để trang trí

HƯỚNG DẪN:

a) Nấu gnocchi theo hướng dẫn trên bao bì cho đến khi chúng nổi lên mặt nước. Xả và đặt sang một bên.

b) Trong chảo, kết hợp thịt xông khói vụn, phô mai Parmesan bào, phô mai cheddar cắt nhỏ và kem béo.

c) Đun nóng chảo trên lửa vừa, khuấy liên tục cho đến khi phô mai tan chảy và nước sốt trở thành kem.

d) Thêm gnocchi đã nấu chín vào chảo và đảo cho đến khi chúng được phủ đều với nước sốt phô mai và thịt xông khói.

e) Nấu trong vài phút cho nóng.

f) Nêm muối và hạt tiêu cho vừa ăn.

g) Trang trí với rau mùi tây tươi và phục vụ món Gnocchi với sốt Phô mai và Thịt xông khói.

76.Bánh mì thịt nai bọc thịt xông khói

THÀNH PHẦN:

- 1½ pound thịt nai xay
- 1 cốc vụn bánh mì
- ½ chén hành tây thái nhỏ
- 2 tép tỏi, băm nhỏ
- 2 quả trứng, đánh bông
- 2 muỗng canh sốt Worcestershire
- 1 muỗng canh mù tạt Dijon
- 1 muỗng cà phê hương thảo khô
- ½ muỗng cà phê muối
- ¼ thìa cà phê tiêu đen
- 8 lát thịt xông khói

HƯỚNG DẪN:

a) Làm nóng lò nướng của bạn ở nhiệt độ 375°F (190°C) và bôi mỡ vào chảo bánh mì.

b) Trong một tô lớn, trộn thịt nai xay, vụn bánh mì, hành tây, tỏi, trứng, sốt Worcestershire, mù tạt Dijon, hương thảo, muối và tiêu đen. Trộn đều cho đến khi tất cả các thành phần được kết hợp đồng đều.

c) Chuyển hỗn hợp vào khuôn ổ bánh mì đã chuẩn bị sẵn và tạo hình thành ổ bánh mì.

d) Bọc ổ bánh mì bằng các lát thịt xông khói, dùng tăm cố định chúng nếu cần.

e) Nướng trong lò làm nóng trước khoảng 1 giờ hoặc cho đến khi nhiệt độ bên trong đạt 160°F (71°C).

f) Lấy ra khỏi lò và để yên trong 5-10 phút trước khi cắt. Phục vụ ấm áp.

77. Leberkäse

THÀNH PHẦN:

- 2 thìa cà phê tiêu trắng, tốt nhất là mới xay
- 1 thìa cà phê muối chữa bệnh
- 1 thìa cà phê hạt nhục đậu khấu
- 1 muỗng cà phê hạt rau mùi, tốt nhất là mới xay
- 1 muỗng canh lá kinh giới, xắt nhỏ
- 3 củ hành: 1 củ thái nhỏ, 2 củ thái mỏng
- 2 tép tỏi, xắt nhỏ
- 180g thịt xông khói không vỏ, cắt nhỏ
- 500g thịt bò bằm
- 500g thịt lợn băm
- 350ml nước đá lạnh
- 2 muỗng canh dầu ô liu
- 6–8 ổ bánh mì giòn, hâm nóng và cắt lát
- một nắm rau diếp, xắt nhỏ
- 4–6 quả dưa chuột, thái lát dọc
- mù tạt, nếm thử
- dầu thực vật, để bôi trơn

CHO MAYONNAISE CHIVE

- 6 thìa sốt mayonaise
- một bó hẹ nhỏ, cắt nhỏ
- hạt tiêu vừa mới nghiền

HƯỚNG DẪN:

a) Làm nóng lò ở nhiệt độ 180°C/160°C Quạt/Mã gas 4.

b) Cho hạt tiêu, muối, quả chùy hoặc hạt nhục đậu khấu, rau mùi, kinh giới, hành tây xắt nhỏ và tỏi vào máy xay thực phẩm và xay nhuyễn. Thêm thịt xông khói và chế biến lại cho đến khi được trộn đều và khá mịn. Khi động cơ đang chạy, thả một thìa thịt băm vào máy xử lý, để máy xử lý trong khoảng 20 giây hoặc lâu hơn trước khi thêm thịt băm vào.

c) Khi cả thịt bò và thịt lợn băm đã được thêm vào, giữ cho động cơ chạy, hãy đổ nước lạnh vào từng dòng nhỏ giọt đều đặn.

d) Để mọi thứ xử lý thêm vài phút nữa cho đến khi bạn có được hỗn hợp mịn như pate. Nếu cối xay của bạn có kích thước nhỏ, bạn có thể phải thực hiện việc này thành vài mẻ để đủ mịn, sau đó đánh các mẻ lại với nhau để tạo thành nhũ tương đồng nhất.

e) Cạo hỗn hợp vào khuôn bánh mì đã chuẩn bị sẵn, ấn kỹ vào các góc và dồn lại, đồng thời làm phẳng bề mặt để trông giống như một ổ bánh mì nổi lên. Đừng lo lắng rằng hộp thiếc đã đầy đến mức tràn ra - nó sẽ không phồng lên khi nấu và bằng cách chất cao lên, bạn sẽ có được những lát bánh to đẹp khi cắt.

f) Làm ướt con dao sắc bằng nước lạnh. Tạo các đường chéo trên bề mặt để tạo thành hình kim cương, lau và làm ướt lại dao khi di chuyển để dao không bị dính.

g) Đặt khuôn lên khay nướng và cho vào lò nướng. Nướng trong khoảng một giờ 15 phút, cho đến khi bề mặt có màu nâu và bong ra khỏi thành hộp thiếc. Thịt phải nóng xuyên suốt – nếu bạn có nhiệt kế đo thịt, nhiệt kế sẽ đọc ở giữa là 75°C/170°F; nếu không, hãy xiên một xiên vào giữa và để yên trong 20 giây, sau đó chạm nhanh vào môi dưới của bạn – nó sẽ có cảm giác nóng thay vì ấm.

h) Trong khi nấu bánh mì thịt, hãy làm sốt mayonnaise hẹ bằng cách khuấy sốt mayonnaise và hẹ với nhau trong một cái bát nhỏ và nêm một ít hạt tiêu. Để qua một bên.

i) Cho dầu và hành tây thái lát vào chảo lớn rồi đặt trên lửa vừa, chiên cho đến khi bắt đầu mềm và vàng nhẹ, khoảng 10 phút. Tắt lửa và đặt sang một bên cho đến khi bánh mì thịt chín.

j) Sau khi lấy bánh mì thịt ra khỏi lò, lấy bánh mì ra khỏi hộp thiếc và đặt lên thớt. Nó sẽ dễ dàng lấy ra, xiên vào một cái nĩa ở mỗi đầu.

k) Cắt thành lát dày 2cm.

l) Đặt hành tây lên lửa vừa, đẩy chúng sang một bên chảo. Chiên các lát leberkäse trong khoảng một phút cho mỗi mặt cho đến khi giòn. Bạn có thể phải làm việc này theo đợt, tùy thuộc vào kích thước chảo của bạn. Hành tây sẽ có màu caramen đẹp mắt cùng với các lát bánh mì thịt – nếu chúng quá chín vàng, hãy vớt chúng ra đĩa.

m) Để gói các cuộn bánh, hãy phết sốt mayonnaise hẹ lên trên mỗi cuộn, phủ một ít rau diếp và vài lát dưa chuột lên trên. Thêm một lát leberkäse vào mỗi miếng, sau đó là một ít hành tây. Phết một ít mù tạt lên nửa trên của chiếc bánh và ấn nó xuống bánh mì kẹp thịt. Phục vụ ngay lập tức.

78.Gà nướng BBQ và Lasagna thịt xông khói

THÀNH PHẦN:

- 9 sợi mì lasagna đã nấu chín và để ráo nước
- 2 cốc phô mai mozzarella cắt nhỏ
- 1 cốc phô mai Parmesan bào
- 2 chén thịt gà nấu chín và xé nhỏ
- 1 chén thịt xông khói nấu chín và vụn
- 1 chén sốt BBQ
- 2 chén nước sốt marinara
- Lá ngò tươi để trang trí (tùy chọn)

HƯỚNG DẪN:

a) Làm nóng lò nướng của bạn ở nhiệt độ 375°F (190°C).

b) Trong một đĩa nướng đã phết mỡ, phết một lớp nước sốt marinara mỏng ở phía dưới.

c) Đặt 3 sợi mì lasagna lên trên nước sốt, xếp chồng lên nhau một chút.

d) Trải một lớp thịt gà xé nhỏ và thịt xông khói vụn lên trên mì, sau đó rắc phô mai mozzarella cắt nhỏ và phô mai Parmesan bào.

e) Rưới một lớp sốt BBQ lên phô mai và thịt.

f) Lặp lại các lớp, xen kẽ giữa mì, sốt marinara, thịt gà xé nhỏ, thịt xông khói vụn, phô mai mozzarella, phô mai Parmesan và sốt BBQ. Kết thúc với một lớp sốt marinara và rắc phô mai mozzarella cắt nhỏ lên trên.

g) Đậy đĩa nướng bằng giấy bạc và nướng trong lò làm nóng trước trong 25 phút. Sau đó, lấy giấy bạc ra và nướng thêm 10-15 phút cho đến khi phô mai vàng và sủi bọt.

h) Sau khi nướng xong, lấy lasagna ra khỏi lò và để yên trong vài phút trước khi dùng.

i) Trang trí với lá ngò tươi nếu muốn.

79.Bánh pizza Hawaii

THÀNH PHẦN:

VỎ TRÁI ĐẤT

- 1 công thức Vỏ bánh pizza kiều mạch, Vỏ bánh pizza cà chua, Vỏ bánh pizza lá oregano hoặc Vỏ bánh pizza ăn liền

đứng đầu

- 1 công thức Cà chua bi Marinara
- 1 công thức phô mai cơ bản
- 1 cốc dứa tươi thái hạt lựu
- 1 công thức Thịt xông khói dừa hoặc Cà tím Thịt xông khói
- Dầu ô liu hoặc dầu ô liu ngâm thảo mộc

HƯỚNG DẪN:

a) Làm món marinara của bạn. Để có món marinara đặc hơn, hãy thêm 1 thìa cà chua phơi nắng cắt nhỏ khi trộn nước sốt. Cà chua khô sẽ ngấm nước cà chua dư thừa.

b) Lắp ráp bánh pizza bằng cách phết marinara lên vỏ bánh. Thả từng miếng Phô mai từ thìa lên bánh pizza. Thêm dứa và thịt xông khói. Rưới một vài thìa dầu ô liu trước khi dùng.

c) Sẽ để được 1 ngày trong tủ lạnh.

80.Thịt xông khói Mac 'n' Cheese của Jack Daniel

THÀNH PHẦN:

- 1 que (4 ounce) bơ
- 2 thìa tỏi băm nhỏ
- ½ chén bột mì
- ¼ cốc Jack Daniel's
- 7 cốc sữa nguyên chất
- 8 ounce phô mai kem
- 1 cốc parmesan cắt nhỏ
- 3 chén hỗn hợp Mexico, cắt nhỏ
- 2 cốc salsa
- ⅛ chén thịt xông khói cắt nhỏ
- 18 chén mì ống penne chưa nấu chín

HƯỚNG DẪN:

a) Đun sôi một nồi nước và nấu mì ống penne theo hướng dẫn trên bao bì. Thông thường khoảng 10 phút.
b) Trong khi đó, làm tan chảy 1 que bơ trong chảo trên lửa nhỏ.
c) Thêm tỏi và xào cho đến khi có mùi thơm.
d) Sau khi tan chảy, thêm bột mì và nấu trong 2 phút cho đến khi có màu nâu nhạt. Khử men bằng Jack Daniel's.
e) Thêm sữa và khuấy liên tục cho đến khi nó bắt đầu đặc lại.
f) Thêm phô mai kem và trộn để kết hợp.
g) Từ từ thêm parmesan cho đến khi nó hòa quyện.
h) Thêm phô mai cắt nhỏ kiểu Mexico vào từ từ cho đến khi mịn.
i) Để nước sốt phô mai nguội ít nhất một giờ, sau đó thêm salsa.
j) Khi mì ống của bạn đã chín, để ráo nước và cho vào nồi.
k) Đổ nước sốt phô mai lên mì ống penne và khuấy cẩn thận để kết hợp.

81.Risotto tiramisu

THÀNH PHẦN:

- 1 chén gạo trắng hạt dài nấu chín
- ¼ củ hành ngọt nhỏ
- 2 lát thịt xông khói
- 1 muỗng cà phê si-rô phong
- 1 cốc cà phê pha
- ½ cốc sữa
- ½ muỗng canh bơ không muối
- 2 thìa phô mai mascarpone
- 1 muỗng canh phô mai parmesan bào
- ⅛ muỗng cà phê nướng ca cao không đường
- 1 trứng lớn
- Muối và hạt tiêu đen cho vừa ăn

HƯỚNG DẪN:

a) Gọt vỏ và băm nhỏ hành tây.

b) Trong một cái bát, trộn phô mai parmesan và ca cao.

c) Nấu thịt xông khói trong chảo chống dính trên lửa vừa cho đến khi giòn. Xả trên khăn giấy sau đó cắt thịt xông khói. Cho thịt xông khói vào tô nhỏ đựng siro phong. Khuấy đều và đặt sang một bên.

d) Trong chảo, làm tan chảy bơ trên lửa vừa và nấu hành tây cho đến khi trong suốt. Khuấy cà phê và đun nhỏ lửa. Khuấy gạo và đun nhỏ lửa cho đến khi cà phê gần như ngấm.

e) Khuấy sữa và phô mai mascarpone trong chảo.

f) Đun nhỏ lửa khuấy liên tục để hòa tan phô mai mascarpone và tiếp tục đun nhỏ lửa khuấy thường xuyên cho đến khi chất lỏng gần như hấp thụ.

g) Sau đó cho hỗn hợp thịt xông khói vào chảo và thêm muối và hạt tiêu đen cho vừa ăn.

h) Chuyển risotto sang 24 ounce ramekin. Tạo một vết lõm ở giữa cơm risotto và đập trứng vào.

i) Rắc hỗn hợp phô mai parmesan lên trên và nướng trong lò đã làm nóng trước ở nhiệt độ 400 độ F trong 7-8 phút.

82.Súp thịt xông khói và phô mai

THÀNH PHẦN:

- 1 hộp mac và phô mai
- 2 chén nước luộc gà
- 1 chén thịt xông khói nấu chín cắt nhỏ
- ½ cốc kem đặc
- ¼ chén hành lá xắt nhỏ

HƯỚNG DẪN

a) Nấu mac và phô mai theo hướng dẫn trên hộp.

b) Trong một nồi lớn, kết hợp mac và phô mai nấu chín, nước luộc gà, thịt xông khói nấu chín cắt nhỏ, kem béo và hành lá cắt nhỏ.

c) Đun trên lửa vừa, thỉnh thoảng khuấy đều cho đến khi nóng đều.

83.Phô mai Mac thịt xông khói nấu chậm

THÀNH PHẦN:

- 2 quả trứng lớn, đánh nhẹ
- 4 cốc sữa nguyên chất
- 1 lon (12 ounce) sữa cô đặc
- ¼ cốc bơ tan chảy
- 1 muỗng canh bột mì đa dụng
- 1 thìa cà phê muối
- 1 gói (16 ounce) vỏ mì ống nhỏ
- 1 cốc phô mai provolone cắt nhỏ
- 1 chén phô mai Manchego hoặc Monterey Jack cắt nhỏ
- 1 chén phô mai cheddar trắng cắt nhỏ
- 8 dải thịt xông khói, nấu chín và cắt nhỏ

HƯỚNG DẪN:

a) Đánh đều 6 nguyên liệu đầu tiên trong một tô lớn cho đến khi hòa quyện. Trộn phô mai và mì ống; đổ vào nồi nấu chậm 4-5 lít.
b) Đậy nắp và nấu ở lửa nhỏ cho đến khi mì mềm khoảng 3-3-½ giờ.
c) Tắt nồi nấu chậm và lấy hỗn hợp ra. Để yên không đậy nắp trong 15 phút trước khi ăn. Rắc thịt xông khói.

84.Pizza Parmesan và Ricotta

THÀNH PHẦN:

- Công thức làm bột bánh pizza lúa mì mật ong
- ¼ chén quả hồ trăn, xắt nhỏ
- 4 dải thịt xông khói hun khói, thái lát
- ½ chén phô mai Parmesan, bào
- 2 muỗng canh dầu ô liu nguyên chất
- ½ thìa cà phê Tiêu xay tươi
- ½ cốc hỗn hợp cầu vồng Micro Greens
- ¼ muỗng cà phê muối biển
- ½ cốc phô mai Ricotta

HƯỚNG DẪN:

a) Làm nóng lò ở nhiệt độ 500 độ F.

b) Trong một tô trộn, trộn Ricotta, Parmesan, Dầu ô liu, Muối biển và Tiêu. Khuấy kỹ.

c) Phủ bột bánh pizza đã chuẩn bị bằng nhân.

d) Đặt một nửa quả hồ trăn lên trên, sau đó xếp lớp thịt xông khói.

e) Nướng trong 16 phút hoặc cho đến khi thịt xông khói giòn và bột có màu vàng nâu.

f) Trang trí với quả hồ trăn và rau xanh còn lại.

SALAD

85. Salad Caesar Gnocchi

THÀNH PHẦN:

- 1 pound gnocchi khoai tây
- Xà lách Romaine, xắt nhỏ
- Thịt xông khói nấu chín, vụn
- Phô mai Parmesan bào
- đồng phục Caesar
- Bánh mì nướng

HƯỚNG DẪN:

a) Nấu gnocchi theo hướng dẫn trên bao bì, sau đó để ráo nước và đặt sang một bên.

b) Trong một tô lớn, trộn rau diếp romaine cắt nhỏ, thịt xông khói nấu chín, phô mai Parmesan bào và bánh mì nướng.

c) Thêm gnocchi đã nấu chín vào tô và rưới nước sốt Caesar.

d) Đảo nhẹ nhàng để nước sốt phủ đều lên tất cả các nguyên liệu.

e) Phục vụ món salad Caesar gnocchi như một lựa chọn thịnh soạn và thỏa mãn.

86.Salad lõi tôm hùm

THÀNH PHẦN:

- 2 đuôi tôm hùm luộc chín và lấy thịt
- 4 chén salad trộn rau xanh
- 4 lát thịt xông khói nấu chín, vụn
- 2 quả trứng luộc chín, cắt nhỏ
- 1 quả bơ, thái hạt lựu
- ¼ chén phô mai xanh vụn
- ¼ cốc cà chua bi, cắt đôi
- 2 thìa hẹ xắt nhỏ
- Trang phục trang trại để phục vụ

HƯỚNG DẪN:

a) Cắt thịt tôm hùm thành từng miếng vừa ăn.

b) Sắp xếp các loại rau trộn salad lên đĩa phục vụ.

c) Đặt thịt tôm hùm cắt nhỏ, thịt xông khói vụn, trứng luộc cắt nhỏ, bơ thái hạt lựu, phô mai xanh vụn, cà chua bi và hẹ cắt nhỏ lên trên.

d) Rưới nước xốt trang trại hoặc dùng nước xốt ở bên cạnh.

e) Trộn các nguyên liệu lại với nhau ngay trước khi dùng để hòa quyện hương vị.

f) Thưởng thức sự kết hợp hài lòng của các thành phần trong món salad Cobb tôm hùm thịnh soạn này.

87.Salad Caesar lò củi

THÀNH PHẦN:

XA LÁT

- 2 cây xà lách quý, cắt đôi theo chiều dọc
- 8 miếng thịt xông khói sọc hun khói
- 2 ounce bánh mì nướng
- 2 ounce feta _
- 2 quả chanh, giảm một nửa
- 2 muỗng canh parmesan, cạo râu

CÁCH ĂN MẶC

- 1 tép tỏi, nghiền nát
- 2 con cá cơm, thái nhỏ
- 5 thìa sốt mayonaise
- 1 muỗng canh giấm rượu trắng

HƯỚNG DẪN:

a) Trong tô trộn, thêm tất cả nguyên liệu làm nước sốt vào và đánh cho đến khi mịn.

b) Làm nóng chảo Grizzler trong lò đốt củi.

c) Lấy Grizzler ra khỏi lò Wood và thêm thịt xông khói vào chảo.

d) Nấu trong lò Wood trong ba phút hoặc cho đến khi thịt xông khói giòn.

e) Lấy chảo ra khỏi bếp và đặt một nửa xà lách và chanh lên trên thịt xông khói trên Grizzler.

f) Nấu trong lò khoảng 1 phút hoặc cho đến khi vết nướng xuất hiện ở mặt dưới của rau diếp và chanh.

g) Lấy lượng chứa trong chảo ra và đặt chúng lên đĩa phục vụ.

h) Phủ lên trên rau diếp một lớp feta vụn, một ít nước sốt và một ít bánh mì nướng giòn.

88.Salad thịt xông khói Mac và phô mai

THÀNH PHẦN:

- 1 hộp mac và phô mai
- ½ chén thịt xông khói nấu chín và vụn
- ¼ chén hành lá xắt nhỏ
- ¼ chén cà chua bi xắt nhỏ
- ¼ cốc nước sốt trang trại

HƯỚNG DẪN:

a) Nấu mac và phô mai theo hướng dẫn trên hộp. Để nguội.

b) Trong một bát riêng, trộn thịt xông khói đã nấu chín và vụn, hành lá xắt nhỏ, cà chua bi cắt nhỏ và nước sốt trang trại.

c) Thêm mac và phô mai đã nguội vào rồi khuấy đều cho đến khi mọi thứ được phủ đều.

89.Salad Mac và phô mai với thịt xông khói

THÀNH PHẦN:

- 1 hộp mac và phô mai
- ½ chén thịt xông khói nấu chín và vụn
- ¼ chén hành lá xắt nhỏ
- ¼ chén cà chua bi xắt nhỏ
- ¼ cốc sốt mayonaise
- 1 muỗng canh mù tạt Dijon
- Muối và hạt tiêu cho vừa ăn

HƯỚNG DẪN:

a) Nấu mac và phô mai theo hướng dẫn trên hộp. Để nguội. Trong một bát riêng, trộn sốt mayonnaise, mù tạt Dijon, muối và hạt tiêu.

b) Thêm thịt xông khói đã nấu chín, hành lá xắt nhỏ và cà chua bi cắt nhỏ vào mac và pho mát đã nguội.

c) Đổ hỗn hợp sốt mayonnaise lên trên và khuấy đều cho đến khi mọi thứ được phủ đều.

90.Salad Mac và phô mai với bông cải xanh và thịt xông khói

THÀNH PHẦN:

- 1 hộp mac và phô mai
- 1 chén bông cải xanh nấu chín xắt nhỏ
- ½ chén thịt xông khói nấu chín và vụn
- ¼ chén hành lá xắt nhỏ
- ¼ cốc sốt mayonaise
- 1 muỗng canh mù tạt Dijon

HƯỚNG DẪN:

a) Nấu mac và phô mai theo hướng dẫn trên hộp. Để nguội.

b) Trong một bát riêng, trộn sốt mayonnaise và mù tạt Dijon. Thêm bông cải xanh nấu chín cắt nhỏ, thịt xông khói nấu chín và cắt nhỏ, cùng hành lá cắt nhỏ vào mac và pho mát đã nguội.

c) Đổ hỗn hợp sốt mayonnaise lên trên và khuấy đều cho đến khi mọi thứ được phủ đều.

MẶT

91.Cải Brussels nướng thịt xông khói

THÀNH PHẦN:

- L emon aioli
- 1 cốc sốt mayonaise
- 1 quả chanh, gọt vỏ và ép lấy nước
- 3-5 tép tỏi, băm nhỏ
- bắp cải Brucxen
- 2 pound cải Brussels , lá vàng cắt tỉa
- 2 muỗng canh dầu ô liu nguyên chất
- 2-4 dải thịt xông khói cắt thành miếng ½'.
- 3 nhánh húng tây

HƯỚNG DẪN:

ĐỂ CHUẨN BỊ TRANG AIOLI:

a) Kết hợp sốt mayonnaise, nước cốt chanh, vỏ, tỏi và 14 muỗng cà phê muối và hạt tiêu vào một cái bát nhỏ. Trộn kỹ.

b) Làm lạnh aioli trong tô hoặc lọ đậy kín cho đến khi sẵn sàng sử dụng. Bạn có thể chuẩn bị trước tối đa ba ngày.

ĐỐI VỚI MẦU BRUSSEL:

c) Đun nóng chảo lớn an toàn với lò nướng ở mức trung bình cao.

d) Trong một bát riêng, trộn dầu ô liu, thịt xông khói và húng tây; nêm 14 thìa cà phê muối và một chút hạt tiêu. Nấu và khuấy thường xuyên trong 4 phút hoặc cho đến khi mỡ thịt xông khói chảy ra.

e) Cho cải Brussels vào và đun nhỏ lửa trong 10 đến 20 phút, đảo chảo 2-3 phút một lần. Cần kiểm tra độ mềm của vòi Brussel.

f) Chuyển chảo vào lò củi và nướng giá cho đến khi chín mềm, khoảng 15 phút, lắc chảo hoặc dùng thìa lớn lật chảo để thịt xông khói không bị dính và cháy.

g) Lấy ra khỏi lò củi và giữ ấm trong lò hoặc dùng ngay.

92.Đậu nướng Boston

TÔI

NGUYÊN LIỆU:

- 10 ounce thịt xông khói , thái hạt lựu
- 1 cái ly đậu cannellini khô
- 3 ounce cà chua bi, giảm một nửa
- 1 củ hành tây, thái nhỏ
- 1 tép tỏi, nghiền nát
- ½ thìa cà phê hạt tiêu xay
- 1 lá nguyệt quế
- 1½ cốc nước sôi
- 2 thìa mật đường đen
- ⅛ cốc đường nâu sẫm
- 1 thìa cà phê mù tạt kiểu Anh
- Muối và tiêu đen mới xay

HƯỚNG DẪN:

a) Trong một đĩa thịt hầm bằng đất nung hoặc đất nung, kết hợp thịt xông khói, đậu khô chưa ngâm và cà chua.

b) Thêm hành tây, tỏi và gia vị cũng như lá nguyệt quế vào và khuấy đều.

c) Khuấy đường và mù tạt cho đến khi tan hoàn toàn, sau đó nêm muối và hạt tiêu cho vừa ăn.

d) Đậy bằng nắp đậy kín hoặc giấy bạc quấn chặt.

e) Đặt vào lò nguội sau khi nấu xong buổi tối, với nhiệt độ ban đầu khoảng 180°C (350°F) và để qua đêm.

93.Khoai tây chiên thịt xông khói

THÀNH PHẦN:

- 4 củ khoai tây màu nâu đỏ lớn
- 2 muỗng canh dầu thực vật
- 1 muỗng canh hỗn hợp gia vị trang trại
- ½ chén phô mai cheddar cắt nhỏ
- 4 lát thịt xông khói nấu chín, vụn
- Rau mùi tây tươi cắt nhỏ để trang trí (tùy chọn)

HƯỚNG DẪN:

a) Làm nóng lò ở nhiệt độ 425°F (220°C) và lót khay nướng bằng giấy da.

b) Rửa và lau khô khoai tây, để nguyên vỏ. Cắt chúng thành khoai tây chiên dày ¼ đến ½ inch.

c) Trong một tô lớn, trộn khoai tây chiên với dầu thực vật và hỗn hợp gia vị trang trại.

d) Xếp khoai tây chiên thành một lớp trên khay nướng và nướng trong 25-30 phút cho đến khi giòn.

e) Lấy ra khỏi lò và rắc phô mai cheddar cắt nhỏ và thịt xông khói vụn.

f) Cho vào lò nướng khoảng 2-3 phút cho đến khi phô mai tan chảy.

g) Trang trí với rau mùi tây tươi xắt nhỏ nếu muốn và dùng nóng.

94.Giáng sinh Khoai tây chiên mầm Brussels phô mai

THÀNH PHẦN:

- 4 củ khoai tây màu nâu đỏ lớn
- 2 muỗng canh dầu thực vật
- 1 chén phô mai cheddar cắt nhỏ
- ½ chén thịt xông khói nấu chín, vụn
- 1 chén cải Brussels rang, xắt nhỏ
- ¼ cốc kem chua
- Rau mùi tây tươi cắt nhỏ để trang trí

HƯỚNG DẪN:

a) Làm nóng lò ở nhiệt độ 425°F (220°C) và lót khay nướng bằng giấy da.

b) Rửa và lau khô khoai tây, để nguyên vỏ. Cắt chúng thành khoai tây chiên dày ¼ đến ½ inch.

c) Trong một tô lớn, trộn khoai tây chiên với dầu thực vật cho đến khi phủ đều.

d) Xếp khoai tây chiên thành một lớp trên khay nướng và nướng trong 25-30 phút cho đến khi giòn.

e) Lấy khoai tây chiên ra khỏi lò và rắc phô mai cheddar cắt nhỏ lên trên.

f) Cho khoai tây chiên vào lò nướng trong vài phút cho đến khi phô mai tan chảy.

g) Lấy ra khỏi lò và phủ khoai tây chiên phô mai với thịt xông khói vụn, cải Brussels nướng và một ít kem chua lên trên.

h) Trang trí với rau mùi tây tươi xắt nhỏ.

i) Ăn nóng và thưởng thức món Khoai tây chiên phô mai Bacon Brussels Sprouts thơm ngon và mang tính lễ hội cho lễ Giáng sinh.

95.Đức và Bratkartoffeln khoai tây chiên

THÀNH PHẦN:

- 4 chén khoai tây luộc, để nguội và cắt thành từng viên tròn
- 2 muỗng canh dầu thực vật
- 1 củ hành tây, thái lát mỏng
- 4 lát thịt xông khói, xắt nhỏ
- 1 thìa cà phê ớt bột
- 1/2 thìa cà phê muối
- 1/4 thìa cà phê tiêu đen
- Rau mùi tây tươi, cắt nhỏ (để trang trí)

HƯỚNG DẪN:

a) Đun nóng dầu thực vật trong chảo lớn trên lửa vừa.

b) Thêm thịt xông khói cắt nhỏ vào chảo và nấu cho đến khi giòn.

c) Lấy thịt xông khói ra khỏi chảo và đặt sang một bên.

d) Trong cùng một chảo, thêm hành tây cắt lát và xào cho đến khi chúng mềm và có màu vàng nâu.

e) Thêm các viên khoai tây luộc vào chảo và nấu cho đến khi chúng giòn và có màu nâu nhạt, khoảng 5-7 phút mỗi mặt.

f) Rắc ớt bột, muối và tiêu đen lên khoai tây và trộn đều để chúng phủ đều.

g) Nấu khoai tây thêm 2-3 phút để hương vị hòa quyện với nhau.

h) Lấy chảo ra khỏi bếp và rắc thịt xông khói giòn lên khoai tây.

i) Trang trí với mùi tây tươi xắt nhỏ.

j) Dùng khoai tây chiên kiểu Đức còn nóng như một món ăn kèm thơm ngon hoặc một món ăn nhẹ thịnh soạn.

96.Khoai tây chiên trang trại gà

THÀNH PHẦN:

- Khoai tây chiên đông lạnh
- Ức gà luộc chín, thái hạt lựu hoặc thái nhỏ
- Thịt xông khói giòn, vụn
- Nước sốt trang trại
- Phô mai cắt nhỏ
- Rau mùi tây tươi cắt nhỏ (tùy chọn)

HƯỚNG DẪN:

a) Làm nóng lò trước và nấu khoai tây chiên đông lạnh theo hướng dẫn trên bao bì.
b) Sau khi khoai tây chiên đã chín, hãy chuyển chúng vào đĩa hoặc khay nướng an toàn với lò nướng.
c) Rắc ức gà nấu chín thái hạt lựu hoặc thái nhỏ lên trên khoai tây chiên.
d) Rắc vụn thịt xông khói giòn lên gà.
e) Rưới nước sốt trang trại lên trên khoai tây chiên.
f) Rắc phô mai bào sợi lên trên.
g) Nướng trong lò vài phút cho đến khi phô mai tan chảy và sủi bọt.
h) Lấy ra khỏi lò và trang trí với rau mùi tây tươi cắt nhỏ nếu muốn.

97.Khoai tây chiên kiểu Ailen

THÀNH PHẦN:

- 4 củ khoai tây màu nâu đỏ lớn
- 2 muỗng canh dầu thực vật
- 1 chén phô mai cheddar cắt nhỏ
- ½ chén thịt xông khói nấu chín, vụn
- ¼ chén hành lá thái lát
- ¼ cốc kem chua

HƯỚNG DẪN:

a) Làm nóng lò ở nhiệt độ 425°F (220°C) và lót khay nướng bằng giấy da.

b) Rửa và lau khô khoai tây, để nguyên vỏ. Cắt chúng thành khoai tây chiên dày ¼ đến ½ inch.

c) Trong một tô lớn, trộn khoai tây chiên với dầu thực vật.

d) Xếp khoai tây chiên thành một lớp trên khay nướng và nướng trong 25-30 phút cho đến khi giòn.

e) Lấy ra khỏi lò và rắc đều phô mai cheddar cắt nhỏ lên khoai tây chiên. Quay trở lại lò nướng trong vài phút cho đến khi phô mai tan chảy.

f) Lấy ra khỏi lò và phủ thịt xông khói vụn, hành lá thái lát và một ít kem chua lên trên khoai tây chiên.

g) Ăn nóng và thưởng thức món khoai tây chiên lấy cảm hứng từ Ailen trong lễ kỷ niệm Ngày Thánh Patrick.

MÓN TRÁNG MIỆNG

98.Bánh ăn thịt

THÀNH PHẦN:
BRAUNSCHWEIGER

- ¼ pound thịt vai lợn hoặc lưỡi bò, cắt thành khối
- 10 ounce gan lợn hoặc gan bò, cắt thành khối
- 2 quả trứng luộc chín, bóc vỏ
- 6 ounce mỡ lưng lợn, cắt thành khối
- 1 ½ muỗng cà phê muối biển hồng

ĐỂ ĐỨNG ĐẦU

- 6 lát prosciutto hoặc Carpaccio
- 6 lát thịt xông khói

HƯỚNG DẪN:

a) Làm món này trước khi ăn từ 1 đến 2 ngày.

b) Cho gan, vai và mỡ lợn vào máy xay thực phẩm và chế biến kỹ.

c) Đổ nó vào chảo dạng lò xo. Đậy chảo bằng giấy bạc để nước không vào chảo. Hãy chắc chắn rằng nó được bọc chặt.

d) Lấy một chiếc chảo rang, lớn hơn chảo dạng lò xo và đổ một inch nước sôi vào đáy chảo.

e) Đặt chảo dạng lò xo vào chảo rang.

f) Đặt chảo rang cùng với chảo dạng lò xo vào lò nướng khoảng 2 giờ. Đảm bảo rằng lò nướng của bạn được làm nóng trước ở nhiệt độ 300° F trước khi đặt chảo rang vào lò.

g) Lấy chảo dạng lò xo ra khỏi lò. Tạo 2 giếng trên chảo, đủ lớn để có thể nhét một quả trứng vào. Đặt một quả trứng luộc vào mỗi giếng. Đậy trứng bằng một thìa thịt.

h) Để nguội và cho vào tủ lạnh từ 1 - 2 ngày.

i) Đặt các lát prosciutto và thịt xông khói lên trên. Phục vụ.

99.Kem Maple Bacon với bánh rán tráng men Maple

THÀNH PHẦN:

ĐỐI VỚI KEM THỊT BACON MAPLE:

- 1 cốc kem đặc
- 1 cốc sữa nguyên chất
- 3/4 cốc xi-rô phong nguyên chất
- 4 lòng đỏ trứng
- 1/2 muỗng cà phê chiết xuất vani
- 4 lát thịt xông khói, nấu chín và cắt nhỏ

ĐỐI VỚI BÁNH RÁNG LƯỚI MAPLE:

- 2 chén bột mì đa dụng
- 1/2 chén đường cát
- 2 thìa cà phê bột nở
- 1/2 thìa cà phê muối
- 1/2 cốc sữa nguyên chất
- 2 muỗng canh bơ không muối, tan chảy
- 1 trứng lớn
- 1 muỗng cà phê chiết xuất vani
- Dầu thực vật, để chiên

ĐỐI VỚI GLAZE MAPLE:

- 1 chén đường bột
- 2 muỗng canh xi-rô cây phong nguyên chất
- 1-2 thìa sữa

HƯỚNG DẪN:

CHUẨN BỊ KEM THỊT BACON:

a) Trong chảo, đun nóng kem đặc, sữa và xi-rô cây thích trên lửa vừa cho đến khi bắt đầu bốc hơi. Đừng để nó sôi.
b) Trong một bát riêng, đánh lòng đỏ trứng cho đến khi mịn. Từ từ đổ khoảng một nửa hỗn hợp kem nóng vào lòng đỏ trứng, đánh liên tục.
c) Đổ hỗn hợp lòng đỏ trứng lại vào nồi cùng với hỗn hợp kem còn lại. Nấu trên lửa nhỏ, khuấy liên tục cho đến khi hỗn hợp đặc lại và phủ lên mặt sau của thìa. Đừng để nó sôi.
d) Tắt bếp và khuấy đều chiết xuất vani. Để hỗn hợp nguội hoàn toàn rồi cho vào tủ lạnh ít nhất 4 tiếng hoặc qua đêm.
e) Sau khi đã nguội, cho hỗn hợp vào máy làm kem theo hướng dẫn của nhà sản xuất. Trong vài phút cuối cùng của quá trình khuấy, hãy thêm thịt xông khói vụn. Chuyển kem vào hộp có nắp đậy và để đông trong vài giờ cho đến khi cứng lại.

CHUẨN BỊ BÁNH RÁNG LƯỚI MAPLE:

f) Trong một tô trộn lớn, trộn đều bột mì, đường, bột nở và muối.
g) Trong một bát riêng, đánh đều sữa, bơ tan chảy, trứng và chiết xuất vani.
h) Đổ nguyên liệu ướt vào nguyên liệu khô và khuấy đều cho đến khi vừa kết hợp. Đừng trộn quá nhiều.
i) Trên bề mặt đã phủ bột mì, cán bột có độ dày 1/2 inch. Cắt các hình dạng bánh rán bằng dao cắt bánh rán hoặc hai khuôn cắt bánh quy tròn có kích thước khác nhau.
j) Đun nóng dầu thực vật trong nồi sâu hoặc nồi chiên ở nhiệt độ 350°F (175°C). Chiên bánh rán theo từng mẻ, lật chúng một lần cho đến khi vàng nâu và chín đều. Lấy ra khỏi dầu và để ráo dầu trên khăn giấy.

CHUẨN BỊ GLAZE MAPLE:

k) Trong một cái bát, trộn đường bột và xi-rô phong cho đến khi kết hợp tốt.
l) Thêm 1 muỗng canh sữa và đánh cho đến khi mịn. Nếu men quá đặc, hãy thêm một thìa sữa khác và đánh cho đến khi đạt được độ đặc mong muốn.

TẬP HỢP:

m) Nhúng từng chiếc bánh rán đã nguội vào lớp men phong, để lớp men thừa chảy ra.
n) Đặt những chiếc bánh rán tráng men lên giá lưới và để men đông lại trong vài phút.
o) Phục vụ kem thịt xông khói phong cùng với bánh rán tráng men phong.

100.Táo, chuối và thịt xông khói nướng

THÀNH PHẦN:

- ½ cốc Đường màu nâu; đóng gói chắc chắn
- ½ muỗng cà phê quế, xay
- 4 quả chuối, chắc
- Nước chanh; mới vắt
- 4 dải thịt xông khói
- 8 chiếc nhẫn táo

HƯỚNG DẪN:

a) Trộn đường và quế.

b) Bóc vỏ chuối; chải với nước cốt chanh và nhúng vào hỗn hợp đường.

c) Quấn dải thịt xông khói quanh mỗi quả chuối; cố định nó bằng cuốc gỗ. vẩy táo với hỗn hợp đường còn lại.

d) Đặt trái cây lên giá nướng với bề mặt thực phẩm cách nguồn nhiệt 3 inch. Nướng trong 8 đến 10 phút, luân phiên trái cây một lần.

PHẦN KẾT LUẬN

Khi chúng ta cùng nhau kết thúc hành trình đầy thịt xông khói của mình, chúng tôi hy vọng cuốn sách nấu ăn này đã khơi dậy tình yêu của bạn với nguyên liệu yêu thích này và mở rộng tầm nhìn ẩm thực của bạn. Khả năng của thịt xông khói thực sự là vô tận và chúng tôi chỉ mới khám phá được phần nổi tiềm năng của nó trong các công thức nấu ăn này.

Chúng tôi khuyến khích bạn sử dụng những kỹ năng và kiến thức bạn có được từ những trang này và thử nghiệm những sáng tạo của riêng bạn. Kết hợp thịt xông khói với các nguyên liệu bất ngờ, khám phá các phương pháp nấu ăn khác nhau và để vị giác hướng dẫn bạn. Chia sẻ chiến thắng với thịt xông khói của bạn với bạn bè và gia đình, đồng thời tận hưởng niềm vui khi nhìn thấy khuôn mặt của họ sáng lên đầy thích thú.

Hãy nhớ rằng, thịt xông khói không chỉ đơn thuần là một nguyên liệu; đó là một trải nghiệm—một bản giao hưởng của các hương vị làm tăng thêm chiều sâu và sự hứng thú cho bất kỳ món ăn nào. Cho dù bạn đang thưởng thức nó như một món ăn sáng thoải mái, một món khai vị hấp dẫn hay một món chính hấp dẫn, thịt xông khói có khả năng biến một bữa ăn bình thường thành một bữa ăn đặc biệt.

Cảm ơn bạn đã tham gia cùng chúng tôi trong cuộc phiêu lưu đầy thịt xông khói này. Cầu mong căn bếp của bạn luôn tràn ngập mùi thơm khó cưỡng của thịt xông khói nóng hổi, và cầu mong vị giác của bạn mãi mãi nhảy múa với hương vị mà nó mang lại. Chúc bạn nấu ăn vui vẻ và ngon miệng!